Yêu Thương:
Làm Trọn Luật Pháp

Yêu Thương:
Làm Trọn Luật Pháp

Tiến Sĩ Jaerock Lee

Yêu Thương: Làm Trọn Luật Pháp của tiến sĩ Jaerock Lee
Do Nhà Sách Urim xuất bản (Người đại diện: Johnny H. kim)
73, Yeouidaebang-ro 22-gil, Dongjak-gu, Seoul, Korea
www.urimbooks.com

Tất cả bản quyền đều được đăng ký. Không được sao chép sách nầy dưới bất kỳ hình thức nào khi chưa có sự cho phép của nhà xuất bản.

Trừ khi được đề cập đến, tất cả những phần trích dẫn Kinh Thánh đều được trích từ Kinh Thánh, bản dịch The Holy Bible in Vietnamese Old Version (Re-typeset) *, Copyright © VNM – 2009-25M VNOV 42 – ISBN 978-1-921445-58-3 bởi United Bible Societies, 1998. Được dùng dưới sự cho phép.

Bản Quyền © 2017 bởi Tiến Sĩ Jaerock Lee
ISBN: 979-11-263-0785-2 03230
Bản Quyền Dịch Thuật © 2016 bởi Tiến Sĩ Esther K. Chung. Được phép sử dụng.

Xuất Bản lần thứ nhất tháng 7 năm 2021

Đã được Urim Books xuất bản bằng tiếng Hàn, năm 2009, tại Seoul, Hàn Quốc

Biên tập bởi Tiến sĩ Geumsun Vin
Thiết kế bởi Ban Biên tập Sách Urim Book
Công ty in ấn Yewon ấn hành
Để biết thêm thông tin: urimbook@hotmail.com

"Sự yêu thương chẳng hề làm hại kẻ lân cận; vậy yêu thương là sự làm trọn luật pháp."

(Rô-ma 13:10)

Lời Tựa

Hy vọng độc giả có được Giê-ru-sa lem Mới qua tình yêu thương thuộc linh.

Một công ty quảng cáo ở Anh đã đưa ra một câu hỏi thi vấn đáp cho công chúng hỏi cách nhanh nhất để đi từ Edinburgh, Scotland đến London, Anh. Họ sẽ tặng một phần thưởng lớn cho người có câu trả lời đã được chọn. Câu trả lời mà thực sự đã được chọn là "đi cùng với người thân yêu." Chúng ta hiểu rằng nếu chúng ta đi cùng với những người thân yêu của chúng ta, dẫu là một quãng đường dài cũng sẽ cảm thấy ngắn. Cũng giống như vậy, nếu chúng ta yêu mến Đức Chúa Trời, thì việc thực hành Lời của Ngài không phải là khó cho chúng ta (1 Giăng 5:3). Đức Chúa Trời không phải ban cho chúng ta Luật Pháp và không phải phán dạy chúng ta phải giữ các điều răn của Ngài để làm khó chúng ta.

Từ "Luật Pháp" trong Tiếng Hê-bơ-rơ là "Torah", có nghĩa là "đạo luật", và "bài học." Torah thường nói đến Năm Sách Ngũ Kinh trong đó có Mười Điều Răn. Nhưng "Luật Pháp" cũng nói đến trong 66 sách của Kinh Thánh như một sự trọn vẹn, hay cũng là đạo luật của Đức Chúa Trời phán dạy chúng ta phải làm, chớ làm, phải giữ, hay phải bỏ điều nào đó. Người ta có thể cũng nghĩ là Luật Pháp và sự yêu thương không liên quan với nhau, nhưng thực ra chúng không thể tách rời nhau. Tình yêu thương thuộc Đức Chúa Trời, và không yêu mến Đức Chúa Trời thì chúng ta không thể vâng giữ trọn Luật Pháp. Luật Pháp chỉ có thể được làm trọn khi chúng ta thực hành nó bằng tình yêu thương.

Có một câu chuyện cho chúng ta thấy sức mạnh của tình yêu. Một người thanh niên đã bị rơi khi anh đang bay qua sa mạc trong một chiếc máy bay nhỏ. Ba của anh là một người rất giàu có, và ông đã thuê một đội tìm kiếm và cứu hộ đến tìm con trai của mình, nhưng vô ích. Nên ông rải hàng triệu tờ rơi trong sa mạc. Những gì ông viết trong tờ rơi là "Con ơi, Ba yêu con." Người con đó, đi lang thang trong sa mạc, đã thấy một tờ rơi và nhận được sự can đảm để xoay sở tìm cách cuối cùng được cứu. Tình yêu thật của người cha đã cứu con trai mình. Cũng giống như người cha rải tờ rơi khắp sa mạc, chúng ta cũng có một nhiệm vụ phải truyền bá tình yêu của Đức Chúa Trời cho vô số các linh hồn.

Đức Chúa Trời đã chứng tỏ tình yêu của Ngài bằng cách sai chính Con độc sanh của Ngài, Chúa Giê-su đến thế gian này để cứu nhân loại là những người có tội. Nhưng những người tuân theo luật pháp vào thời của Chúa Giê-su chỉ tập trung vào các thủ tục của Luật Pháp và họ không hiểu được tình yêu thật của Đức Chúa Trời. Cuối cùng, họ đã kết án Con độc sanh của Đức Chúa Trời, Chúa Giê-su, như là người nói lộng ngôn đang phá bỏ Luật Pháp và họ đã đóng đinh Ngài. Họ không hiểu tình yêu của Đức Chúa Trời đã gắn vào trong Luật Pháp.

Trong 1 Cô-rinh-tô chương 13 cũng miêu tả về "tình yêu thương thuộc linh." Chương này cho chúng ta biết tình yêu thương của Đức Chúa Trời, Ngài đã sai Con độc sanh của Ngài đến để cứu chúng ta là những người đáng lẽ phải chết vì tội lỗi mình, song tình yêu của Chúa, Ngài yêu thương chúng ta đến nỗi đã từ bỏ tất cả mọi sự vinh hiển thiên thượng của Ngài và chết trên thập tự giá. Nếu chúng ta muốn đem tình yêu của Đức Chúa Trời đến nhiều linh hồn đang hư mất trong thế gian này, chúng ta phải nhận ra tình yêu thương thuộc linh này và thực hành.

"Ta ban cho các ngươi một điều răn mới, nghĩa là các ngươi phải yêu nhau; như ta đã yêu các ngươi thể nào, thì các ngươi cũng hãy yêu nhau thể ấy. Nếu các ngươi yêu nhau, thì ấy là tại điều đó mà thiên hạ sẽ nhận biết các ngươi là môn đồ ta" (Giăng 13:34-35).

Bây giờ quyển sách này đã được xuất bản để các độc giả có thể kiểm tra lại phạm vi họ đã nuôi dưỡng trong tình yêu thương thuộc linh là gì và phạm vi họ đã tự thay đổi mình bằng lẽ thật là gì. Tôi xin cảm ơn Geumsun Vin, Giám Đốc ban biên tập và đội ngũ nhân viên, tôi hy vọng tất cả các độc giả sẽ làm trọn Luật Pháp bằng tình yêu thương và cuối cùng sở hữu được Giê-ru-sa-lem Mới, là những chỗ ở đẹp nhất trên thiên đàng.

Jaerock Lee

Giới Thiệu

Hy vọng rằng qua lẽ thật của Đức Chúa Trời các độc giả sẽ được thay đổi bởi nuôi dưỡng sự yêu thương trọn vẹn.

Một kênh truyền hình đã tiến hành một nghiên cứu thăm dò ý kiến của những người phụ nữ đã lập gia đình. Câu hỏi đặt ra là họ muốn hay không muốn kết hôn cũng với người chồng bây giờ nếu như họ có thể chọn chồng lại? Kết quả thật là sốc. Chỉ có 4% phụ nữ muốn chọn kết hôn lại với người chồng bây giờ. Họ phải đã kết hôn với người chồng của họ bởi vì họ yêu thương người ấy, và tại sao họ lại thay đổi ý kiến của họ như họ đã làm? Đó là vì họ không yêu bằng tình yêu thuộc linh. Việc làm Yêu Thương: Làm Trọn Luật Pháp sẽ dạy chúng ta tình yêu thương thuộc linh.

Trong phần 1 "Ý Nghĩa của Tình Yêu Thương", nghiên cứu những hình thức khác nhau của tình yêu mà được tìm thấy giữa người chồng người vợ, cha mẹ và con cái, giữa bạn bè và những người lân cận, do đó cho chúng ta một ý kiến về sự khác nhau giữa tình yêu thương xác thịt và tình yêu thương thuộc linh. Tình yêu thương thuộc linh là phải yêu thương người khác bằng một trái tim không thay đổi không mong nhận lại bất cứ điều gì. Ngược lại, tình yêu thương xác thịt thay đổi trong các tình huống và hoàn cảnh khác nhau, và vì lý do này tình yêu thương thuộc linh là tình yêu quý báu và tốt đẹp.

Phần 2 "Tình yêu thương như trong Chương Tình Yêu Thương", đã chia 1 Cô-rinh-tô 13 thành ba phần. Phần đầu tiên, "Loại Tình Yêu mà Đức Chúa Trời Khao Khát" (1 Cô-rinh-tô 13:1-3), là phần giới thiệu về chương này để nhấn mạnh tầm quan trọng của tình yêu thuộc linh. Phần hai, "Các Đặc Tính của Tình Yêu Thương."(1 Cô-rinh-tô 13:4-7), là phần chính của Chương Tình Yêu Thương, và cho chúng ta biết 15 đặc điểm của tình yêu thương thuộc linh. Phần thứ ba, "Tình Yêu Thương Trọn Vẹn", là kết luận của Chương Tình Yêu Thương, cho chúng ta biết đức tin và hy vọng chỉ là cần thiết nhất thời đương khi chúng ta đang hành trình về nước thiên đàng trong suốt cả cuộc đời của chúng ta trên đất này, trong khi đó tình yêu thương còn đến đời đời thậm chí cả ở trong nước thiên đàng.

Phần 3, "Yêu Thương là sự Làm Trọn Luật Pháp." giải thích sự làm trọn luật pháp bằng tình yêu thương là gì. Phần này cũng bày tỏ tình yêu của Đức Chúa Trời, Đấng nuôi dưỡng con người chúng ta trên đất này và bày tỏ tình yêu của Đấng Christ, Đấng đã mở con đường của sự cứu rỗi cho chúng ta.

"Chương Tình Yêu Thương" cũng là một trong số 1,189

chương của Kinh Thánh. Nhưng chương này giống như một bản đồ kho báu cho chúng ta biết cách tìm lượng kho báu lớn ở đâu, vì chương này dạy chúng ta con đường bước vào Giê-ru-sa-lem Mới cách chi tiết. Mặc dù chúng ta có bản đồ và chúng ta biết con đường đó, nhưng nó sẽ không có ích gì nếu chúng ta không thực sự đi theo con đường đã cho. Nghĩa là sẽ vô ích nếu chúng ta không thực hành nó bằng tình yêu thương thuộc linh.

Đức Chúa Trời đẹp lòng với tình yêu thương thuộc linh, và chúng ta có thể có được tình yêu thương thuộc linh này trong phạm vi chúng ta nghe và thực hành Lời của Đức Chúa Trời, là lời của Lẽ Thật. Mỗi khi chúng ta có được tình yêu thương thuộc linh, chúng ta có thể nhận được tình yêu và phước hạnh của Đức Chúa Trời, và bước vào Giê-ru-sa-lem Mới, nơi cư ngụ đẹp nhất trên thiên đàng vào khi cuối cùng. Tình yêu là mục đích tối hậu của Đức Chúa Trời về sự tạo dựng con người và nuôi dưỡng họ. Tôi cầu nguyện để tất cả các độc giả sẽ yêu mến Đức Chúa Trời trước nhất và yêu người lân cận như chính mình hầu cho họ có thể có được những chiếc chìa khóa để mở cổng ngọc của Giê-ru-sa-lem Mới.

Geumsun Vin
Giám Đốc Ban Biên Tập

Mục Lục ~ *Làm Trọn Luật Pháp*

Lời Tựa · VII

Giới Thiệu · XI

Phần 1 Ý Nghĩa của Tình Yêu Thương

Chương 1 Tình Yêu Thương Thuộc Linh · 2

Chương 2 Tình Yêu Thương Xác Thịt · 10

Phần 2 Tình Yêu Thương như trong Chương Tình Yêu Thương

Chương 1 Loại Tình Yêu mà Đức Chúa Trời Khao Khát · 24

Chương 2 Những Đặc Tính của Tình Yêu Thương · 42

Chương 3 Tình Yêu Thương Trọn Vẹn · 160

Phần 3 Yêu Thương là sự Làm Trọn Luật Pháp

Chương 1 Tình Yêu Thương của Đức Chúa Trời · 172

Chương 2 Tình Yêu Thương của Đấng Christ · 184

"Nếu các ngươi yêu kẻ yêu mình, thì có ơn chi?

Người có tội cũng yêu kẻ yêu mình."

Lu-ca 6:32

Phần 1
Ý Nghĩa của Tình Yêu Thương

Chương 1 : Tình Yêu Thương Thuộc Linh

Chương 2 : Tình Yêu Thương Xác Thịt

Tình Yêu Thương Thuộc Linh

"Hỡi kẻ rất yêu dấu, chúng ta hãy yêu mến lẫn nhau; vì sự yêu thương đến từ Đức Chúa Trời, kẻ nào yêu, thì sanh từ Đức Chúa Trời và nhìn biết Đức Chúa Trời. Ai chẳng yêu, thì không biết Đức Chúa Trời; vì Đức Chúa Trời là sự yêu thương."

(1 Giăng 4:7-8)

Mới nghe từ "tình yêu" đã khiến tim đập thình thịch và tinh thần xao xuyến. Nếu chúng ta có thể yêu thương ai đó và chia sẻ tình cảm thật cả đời mình, thì đó sẽ là đời sống được đổ đầy tới mức cao nhất của sự hạnh phúc. Có lúc chúng ta nghe kể về những người vượt qua hoàn cảnh khó khăn như chính cái chết và khiến cuộc đời của họ trở nên tốt đẹp qua sức mạnh của tình yêu. Tình yêu là sự cần thiết để dẫn đến một đời sống hạnh phúc; tình yêu có sức mạnh tuyệt vời để thay đổi đời sống của chúng ta.

Từ điển trực tuyến Merriam-Webster định nghĩa tình yêu thương là 'tình cảm mãnh liệt dành cho người khác nảy xinh ra từ mối quan hệ họ hàng hoặc từ những mối quan hệ riêng tư' hay 'tình cảm dựa trên sự ngưỡng mộ, nhân đức, hoặc những sự quan tâm chung'. Nhưng loại tình yêu mà Đức Chúa Trời nói đến là một loại tình yêu ở mức độ cao hơn, tình yêu thương thuộc linh. Tình yêu thương thuộc linh tìm kiếm lợi ích của người khác; nó mang lại niềm vui, hy vọng, và sự sống cho người khác, và không bao giờ thay đổi. Hơn nữa, tình yêu này không chỉ có ích lợi cho chúng ta trong cuộc sống trên đất tạm thời này, nhưng tình yêu này dẫn linh hồn chúng ta đến sự cứu rỗi và cho chúng ta sự sống đời đời.

Câu Chuyện về một Người Phụ Nữ Người đã Dẫn Dắt Chồng mình đến Nhà Thờ

Có một người phụ nữ kia, cô là một Cơ-đốc-nhân cả đời trung tín. Nhưng chồng của cô không thích cô đến nhà thờ và cay nghiệt với cô. Ngay cả trong lúc khó khăn như vậy cô vẫn đi đến những buổi nhóm cầu nguyện vào mỗi buổi sáng và cầu nguyện cho chồng mình. Một ngày kia, sáng sớm cô đi cầu nguyện và mang theo giày của chồng mình đi. Nắm chặt những chiếc giày đó vào lòng, cô đã cầu nguyện với nước mắt, "Đức Chúa Trời ơi, hôm nay chỉ có những chiếc giày này đến nhà thờ, nhưng lần tới xin Ngài khiến chủ nhân của những chiếc giày này cũng phải đến nhà thờ."

Sau một thời gian điều ngạc nhiên đã xảy ra. Người chồng đến nhà thờ. Câu chuyện diễn ra như sau: đến một thời điểm nhất định, bất cứ khi nào người chồng rời khỏi nhà để đi làm, anh đều cảm thấy ấm ấm trong đôi giày của mình. Và một ngày kia, anh thấy vợ mình đi đâu cũng có giày của mình và anh đã theo dõi vợ. Người vợ đi vào một nhà thờ.

Anh khó chịu, nhưng anh không thắng được sự tò mò của mình. Anh phải tìm hiểu xem cô ấy đã làm gì với đôi giày của mình trong nhà thờ. Khi anh lặng lẽ đi vào nhà thờ, vợ anh đang cầu nguyện tay giữ đôi giày của mình thật chặt vào lòng. Anh nghe được lời cầu nguyện, và mỗi lời cầu nguyện đều là xin cho anh được hạnh phúc và có nhiều phước hạnh. Lòng anh được cảm động, và anh không khỏi cảm thấy rất hối tiếc về cách anh đã đối xử với vợ mình. Cuối cùng, người chồng đã được cảm động bởi tình yêu của người vợ và trở thành một Cơ-đốc-nhân sốt sắng.

Hầu hết những người vợ trong hoàn cảnh này thường nhờ tôi cầu nguyện cho, họ nói, "Chồng tôi đang cay nghiệt với tôi chỉ vì tôi đi nhà thờ. Xin cầu nguyện cho tôi để chồng tôi sẽ không bắt bớ tôi nữa." Nhưng sau đó tôi sẽ trả lời, "Hãy sớm nên thánh và sống trong linh. Đó là cách để giải quyết nan đề của bạn." Họ sẽ dành tình yêu thuộc linh cho chồng mình nhiều hơn để đến mức họ cắt bỏ được mọi tội lỗi và sống trong linh. Người chồng sẽ còn khắt khe điều gì nữa với vợ mình, là người đã hy sinh và đã hết lòng phục vụ mình?

Khi trước, người vợ sẽ đổ hết lỗi cho chồng mình, nhưng bây giờ đã thay đổi bằng lẽ thật, cô xưng nhận cô là người đã đổ lỗi cho chồng và hạ mình xuống. Sau đó, sự sáng thuộc linh đến xua đi bóng tối và người chồng cũng có thể được thay đổi. Ai sẽ cầu nguyện cho người hay cay nghiệt với họ? Ai sẽ hy sinh chính mình cho những người lân cận là những người đã bị bỏ quên và ai sẽ bày tỏ tình yêu thật cho họ? Con cái của Đức Chúa Trời là người đã học biết tình yêu thương thật từ Chúa có thể giãi bày tình yêu đó cho những người khác.

Tình Yêu Thương Không Thay Đổi và Tình Bạn của Đa-vít và Giô-na-than

Giô-na-than là con trai của Sau-lơ, vị vua đầu tiên của Y-sơ-ra-ên. Khi ông thấy Đa-vít đã hạ gục được tên khổng lồ của Phi-li-tin, Gô-li-át, với một cái trành ném đá và một cục đá, ông đã biết Đa-vít là một chiến binh được thần của Đức Chúa Trời ngự xuống. Là tướng của một đạo binh, tấm lòng của Giô-na-than bị bắt phục bởi sự can đảm của Đa-vít. Từ đó Giô-na-than đã yêu mến Đa-vít như chính mạng sống mình, và họ bắt đầu xây dựng một khế ước vững chắc cho tình bạn của họ. Giô-na-than yêu Đa-vít nhiều đến nỗi ông không tiếc bất cứ điều gì với Đa-vít.

Đa-vít vừa tâu xong cùng Sau-lơ, thì lòng của Giô-na-than khế hiệp cùng lòng Đa-vít, đến đỗi Giô-na-than yêu mến Đa-vít như mạng sống mình. Từ ngày đó, Sau-lơ rước Đa-vít về đền mình, không cho trở về nhà cha người nữa. Giô-na-than khế hiệp cùng Đa-vít, bởi vì yêu mến người như mạng sống mình. Người cởi áo mình mặc mà trao cho Đa-vít, luôn với áo xống khác, cho đến gươm, cung, và đai của mình nữa (1 Sa-mu-ên 18:1-4).

Giô-na-than là người thừa kế ngai vàng là con trưởng nam của Vua Sau-lơ, và ông có thể dễ dàng ghét Đa-vít vì Đa-vít được dân sự rất yêu mến người. Nhưng ông không ham muốn về danh hiệu vua. Khi Sau-lơ cố gắng giết Đa-vít để giữ ngai vàng của mình, Giô-na-than đã liều mạng sống của mình để cứu Đa-vít. Cho đến khi ông qua đời tình yêu đó vẫn không bao giờ thay đổi. Lúc Giô-na-than chết trong trận chiến ở Ghinh-bô-a, Đa-vít đau buồn, than khóc và kiêng ăn cho đến tối.

Hỡi Giô-na-than, anh tôi! Lòng tôi quặn thắt vì anh. Anh làm cho tôi khoái dạ; Nghĩa bầu bạn của anh lấy làm quí hơn tình thương người nữ (2 Sa-mu-ên 1:26).

Sau khi Đa-vít trở thành vua, ông đã tìm thấy Mê-phi-bô-sết con trai duy nhất của Giô-na-than, trả lại cho người tất cả những của cải của Sau-lơ, và chăm sóc người như con ruột của mình trong cung (2 Sa-mu-ên 9). Giống như vậy, tình yêu thuộc linh là phải yêu thương người khác bằng một tấm lòng không đổi thay đến hết cả cuộc đời của người đó, thậm chí không có lợi cho mình mà còn gây thiệt hại cho mình nữa. Còn cũng muốn nhận lại được điều gì thì đó không phải là tình yêu thật. Tình yêu thuộc linh là phải hy sinh chính mình và cứ tiếp tục ban cho người khác vô điều kiện, với một động cơ thánh khiết và chân thật.

Tình Yêu Thương của Đức Chúa Trời và của Chúa đối với Chúng Ta Không Thay Đổi

Hầu hết mọi người đều có kinh nghiệm đau lòng vì tình yêu xác thịt trong cuộc sống của họ. Khi chúng ta có sự đau đớn đó và cảm thấy cô đơn vì tình yêu này dễ dàng thay đổi, thì có một người an ủi chúng ta và trở thành người bạn của chúng ta. Ngài là Chúa. Ngài bị người ta khinh dể và chán bỏ mặc dù Ngài vô tội (Ê-sai 53:3), vì vậy Ngài hiểu rất rõ tấm lòng của chúng ta. Ngài đã từ bỏ thiên đàng vinh hiển của Ngài và xuống trần gian để chịu những sự đau đớn. Việc làm như vậy Ngài đã trở thành Đấng yên ủi và người bạn thật của chúng ta. Ngài đã ban cho chúng ta tình yêu thương thật cho đến khi Ngài chết trên thập tự giá.

Trước khi tôi trở thành một tín hữu trong Đức Chúa Trời, tôi bị nhiều bệnh và đã trải qua nhiều sự đau đớn và cô đơn do nghèo đói. Sau khi bị ốm suốt bảy năm ròng, tất cả những gì tôi còn lại là một thân thể bệnh tật, món nợ ngày càng tăng, sự khinh miệt của mọi người, nỗi cô đơn và tuyệt vọng. Tất cả những người mà tôi đã tin cậy và yêu thương đều đã bỏ tôi. Nhưng có một đấng đã đến với tôi khi tôi cảm thấy mình hoàn toàn cô độc trong cả vũ trụ này. Đó là Đức Chúa Trời. Khi tôi gặp gỡ Đức Chúa Trời, tôi đã được chữa lành hết mọi bệnh tật cùng một lúc và sống một đời sống mới.

Tình yêu Đức Chúa Trời ban cho tôi là quà tặng miễn phí. Tôi đã không yêu Ngài trước. Ngài đã đến với tôi trước và giăng tay Ngài ra đón lấy tôi. Khi tôi bắt đầu đọc Kinh Thánh, tôi có thể nghe thấy lời bày tỏ tình yêu của Đức Chúa Trời dành cho tôi.

"Đàn bà há dễ quên con mình cho bú, không thương đến con trai ruột mình sao? Dầu đàn bà quên con mình, ta cũng chẳng quên ngươi. Nầy ta đã chạm ngươi trong lòng bàn tay ta; các tường thành ngươi thường ở trước mặt ta luôn" (Ê-sai 49:15-16).

"Lòng Đức Chúa Trời yêu chúng ta đã bày tỏ ra trong điều nầy: Đức Chúa Trời đã sai Con một Ngài đến thế gian, đặng chúng ta nhờ Con được sống. Nầy, sự yêu thương ở tại đây: ấy chẳng phải chúng ta đã yêu Đức Chúa Trời, nhưng Ngài đã yêu chúng ta, và sai Con Ngài làm của lễ chuộc tội chúng ta" (1 Giăng 4:9-10).

Đức Chúa Trời đã không bỏ tôi ngay cả khi tôi đang vật lộn trong những sự đau đớn sau khi mọi người bỏ tôi. Khi tôi cảm nhận được tình yêu của Ngai, tôi không thể ngăn được những giọt nước mắt đang trào ra từ đôi mắt tôi. Tôi có thể cảm nhận được tình yêu của Đức Chúa Trời là thật vì những sự đau đớn tôi đã phải chịu đựng. Bây giờ, tôi đã trở thành một mục sư, một tôi tớ của Đức Chúa Trời, để yên ủi tấm lòng của nhiều linh hồn và để đến đáp lại ân điển của Đức Chúa Trời đã ban cho tôi.

Chính Đức Chúa Trời là sự yêu thương. Ngài đã sai Con một của Ngài là Chúa Giê-su đến trần gian để cứu chúng ta là những tội nhân. Và Ngài đang chờ đợi chúng ta đến vương quốc thiên đàng nơi Ngài đã dành sẵn nhiều của tốt đẹp và quí báu. Chúng ta có thể cảm nhận được tình yêu tinh tế và dư dật của Đức Chúa Trời nếu chúng ta mở lòng ra một chút.

"Bởi những sự trọn lành của Ngài mắt không thấy được, tức là quyền phép đời đời và bổn tánh Ngài, thì từ buổi sáng thế vẫn sờ sờ như mắt xem thấy, khi người ta xem xét công việc của Ngài.Cho nên họ không thể chữa mình được" (Rô-ma 1:20).

Tại sao bạn không nghĩ về thiên nhiên tươi đẹp? Bầu trời xanh, biển trong sạch, và tất cả các loại cây là những điều Đức Chúa Trời đã tạo dựng nên cho chúng ta để trong khi chúng ta còn sống ở trên đất chúng ta có thể hy vọng về vương quốc thiên đàng cho đến khi chúng ta đến đó.

Từ những làn sóng chạm vào bờ biển; các ngôi sao lấp lánh như đang nhảy múa; sấm sét lớn trong những thác nước lớn; và từ những làn gió thổi qua chúng ta, chúng ta có thể cảm nhận được hơi thở của Đức Chúa Trời đang nói với chúng ta "Ta yêu con." Từ khi chúng ta được chọn là con cái yêu dấu của Đức Chúa Trời, thì loại tình yêu chúng ta sẽ phải có là loại tình yêu gì? Chúng ta phải có tình yêu đời đời, tình yêu thật, và không phải là tình yêu vô nghĩa mà thay đổi khi hoàn cảnh không có lợi cho chúng ta.

Tình Yêu Thương Xác Thịt

"Nếu các ngươi yêu kẻ yêu mình, thì có ơn chi?
Người có tội cũng yêu kẻ yêu mình."

Lu-ca 6:32

Ngài đang đứng trước một đoàn dân đông, hướng về phía biển Ga-li-lê. Những gợn sóng màu xanh của biển trông giống như chúng đang nhảy múa trên những làn gió thổi nhẹ phía sau Ngài. Tất cả những người đó đã im lặng để nghe lời Ngài. Đoàn dân đông đang ngồi chỗ này chỗ kia trên ngọn đồi nhỏ, Ngài đang dạy họ phải trở thành ánh sáng và muối của thế gian và phải yêu ngay cả kẻ thù nghịch của họ, bằng giọng nhẹ nhàng nhưng cương quyết.

"Nếu các ngươi yêu những kẻ yêu mình, thì có được thưởng gì đâu? Những kẻ thâu thuế há chẳng làm như vậy sao? Lại nếu các ngươi tiếp đãi anh em mình mà thôi, thì có lạ gì hơn ai? Người ngoại há chẳng làm như vậy sao?" (Ma-thi-ơ 5:46-47)

Như Chúa Giê-su đã nói, những người ngoại và ngay cả những người xấu cũng có thể bày tỏ tình yêu đối với những người mà tốt với họ và với những người mà đem lại lợi ích cho họ. Cũng có tình yêu giả dối, có vẻ tốt bề ngoài nhưng bề trong không có sự chân thật. Đó là tình yêu xác thịt. Tình yêu xác thịt thay đổi sau một thời gian, tan vỡ, và thậm chí sụp đổ do những điều không quan trọng.

Thời gian trôi đi tình yêu xác thịt có thể thay đổi bất cứ lúc nào. Nếu hoàn cảnh thay đổi hay điều kiện thay đổi, tình yêu xác thịt có thể thay đổi. Con người thường có xu hướng thay đổi thái độ của họ theo hướng thuận lợi hoặc theo hướng những lợi ích đã nhận được. Người ta ban cho chỉ sau khi nhận được một cái gì đó từ những người khác đã cho trước, hoặc họ ban cho chỉ khi việc ban cho đó có vẻ để được lợi cho chính bản thân họ. Nếu chúng ta ban cho và muốn nhận lại giống như vậy, hoặc nếu chúng ta cảm thấy thất vọng khi những người khác không cho lại cái gì, thì đó cũng là vì chúng ta có tình yêu thương xác thịt.

Tình Yêu Giữa Cha Mẹ và Con Cái

Tình yêu của cha mẹ tiếp tục bày tỏ để cảm động lòng của con cái. Cha mẹ không nói khó khăn sau khi chăm sóc con cái của họ bằng tất cả những gì có thể vì họ yêu con cái của họ. Cha mẹ luôn luôn ao ước cho con cái của họ những điều tốt cho dù điều đó có nghĩa là chính họ không thể ăn ngon hay không thể mặc đẹp. Nhưng, vẫn còn có một chỗ trong góc của trái tim người cha người mẹ là những người yêu thương con cái, chỗ ấy họ cũng tìm kiếm những lợi ích riêng của họ.

Nếu họ thực sự yêu thương con cái của họ, họ phải có thể ban cho con ngay cả mạng sống mình mà không mong nhận lại bất cứ điều gì. Nhưng thực sự có nhiều bậc cha mẹ nuôi dạy con cái của họ vì lợi ích và danh dự riêng của mình. Họ nói, "Ba mẹ nói với con điều này vì tốt cho con", nhưng trong thực tế, họ cố gắng để điều khiển con cái của họ theo cách làm thỏa mãn những ao ước muốn mình có danh tiếng hoặc cũng vì lợi ích tiền bạc của họ. Khi con cái lựa chọn con đường sự nghiệp của chúng hoặc kết hôn, nếu chúng chọn một con đường hay một người phối ngẫu mà cha mẹ không chấp nhận, thì họ phản đối điều đó rất nhiều và trở nên thất vọng. Nó chứng tỏ rằng sự hiến dâng và hy sinh của họ cho con cái, sau tất cả, đều có điều kiện. Họ cố gắng để có được những gì họ muốn nhận lại qua con cái vì tình yêu thương họ đã dành cho.

Tình yêu của con cái dành cho cha mẹ thường ít hơn so với các bậc cha mẹ. Một câu nói của người Hàn Quốc nói, "Nếu cha mẹ bị bệnh trong một thời gian dài, thì tất cả con cái sẽ bỏ cha mẹ." Nếu cha mẹ bị bệnh và già cả và nếu không có cơ hội hồi phục, và nếu con cái phải chăm sóc họ, chúng cảm thấy càng ngày càng khó khăn hơn để đối phó với tình hình này. Khi chúng còn nhỏ, chúng thậm chí còn nói những lời như, "Con sẽ không kết hôn và con sẽ chỉ sống với ba và mẹ." Chúng thực sự có thể nghĩ rằng chúng muốn sống với cha mẹ của chúng đến hết đời. Nhưng khi chúng lớn lên, chúng ngày càng trở nên ít quan tâm đến cha mẹ của mình, vì chúng bận rộn cố gắng để kiếm sống. Ngày nay tấm lòng của con người bị tê liệt với tội lỗi, và tội ác đang rất thịnh hành đến nỗi có những lúc cha mẹ giết con cái hoặc con cái giết chết cha mẹ.

Tình Yêu giữa Người Chồng và Người Vợ

Tình yêu giữa các cặp vợ chồng là gì? Khi họ hẹn hò, họ nói tất cả những lời ngọt ngào như, "Anh không thể sống mà không có em. Anh sẽ mãi mãi yêu em." Nhưng điều gì xảy ra sau khi họ kết hôn? Họ bực bội với người phối ngẫu của họ và nói, "Tôi không thể sống như tôi muốn vì em/anh. Em/anh đã lừa dối tôi."

Họ đã từng giãi bày tình cảm của họ với nhau, nhưng sau khi kết hôn, họ thường đề cập đến ly thân hoặc ly dị chỉ vì họ nghĩ hoàn cảnh gia đình, giáo dục, hoặc tính cách không hợp nhau. Nếu thức ăn không ngon như người chồng muốn, anh ấy sẽ phàn nàn với vợ rằng: "Món gì đây? Chẳng có gì để ăn!" Cũng vậy, nếu người chồng không kiếm được đủ tiền, người vợ cần nhằn với chồng, nói những điều như, "chồng của bạn em đã được thăng chức làm giám đốc và một người khác được làm nhân viên điều hành... Khi nào anh sẽ được thăng chức đây... và một người bạn của em đã mua một căn nhà lớn hơn và một chiếc xe đời mới, nhưng còn chúng ta? Khi nào chúng ta có thể có những thứ tốt hơn?"

Trong một thống kê về bạo lực gia đình ở Hàn Quốc, gần một nửa các cặp vợ chồng sử dụng bạo lực đối với người phối ngẫu của họ. Vì vậy, nhiều cặp vợ chồng đã mất tình yêu ban đầu họ đã có, và bây giờ họ ghét nhau và tranh cãi với nhau. Ngày nay, có một số cặp vợ chồng chia tay ngay trong giai đoạn tuần trăng mật của họ! Khoảng thời gian trung bình từ khi kết hôn đến ly hôn cũng ngắn hơn. Họ nghĩ họ đã yêu người bạn đời của họ rất nhiều, nhưng khi họ sống với nhau họ nhìn thấy những nhược điểm của nhau. Bởi vì cách suy nghĩ và sở thích của họ khác nhau, họ liên tục xung đột từ vấn đề này đến vấn đề khác. Khi họ làm như vậy, tất cả cảm xúc mà họ nghĩ đều là tình cảm đã nguội lạnh.

Thậm chí họ có thể không có bất cứ phiền muộn gì với nhau, chỉ là họ trở nên quá quen thuộc với nhau và cảm xúc của tình yêu ban đầu cũng bị nguội đi theo thời gian. Sau đó, họ để mắt đến những người đàn ông hay những người phụ nữ khác. Người chồng thất vọng bởi cô vợ sáng ra đầu tóc bù xù, và khi cô lớn tuổi hơn thì lại tăng cân thêm. Anh ấy cảm thấy cô không có sức quyến rũ nữa. Tình cảm đó phải trở nên sâu đậm hơn theo năm tháng, nhưng trong hầu hết các trường hợp đều không có được điều đó. Sau tất cả, những thay đổi của họ càng cho thấy thực tế tình yêu này là tình yêu xác thịt, đều tìm kiếm những lợi ích riêng của mình.

Tình Yêu Giữa Anh Em

Các anh chị em ruột là những người có cùng cha mẹ và cùng được nuôi dậy nên gần gũi nhau hơn so với những người khác.

Họ có thể dựa vào nhau nhiều việc vì họ đã chia sẻ nhiều điều và có nhiều tình cảm dành cho nhau. Nhưng một số anh chị em ruột có cảm giác tranh giành với nhau và trở nên ghen tị với anh chị em khác.

Con đầu lòng có thể dễ dàng cảm thấy rằng tình yêu của một số cha mẹ đã dành cho họ bây giờ đã bị lấy đi và dành cho các em của họ. Đứa con thứ hai có thể cảm thấy không ổn, chúng cảm thấy rằng chúng đang ở dưới anh trai lớn hoặc chị gái lớn. Những anh chị em ruột đó, là những người có cả anh chị lớn tuổi hơn và các em nhỏ tuổi hơn, có thể cảm thấy vừa phải ở dưới đối với những người anh người chị lớn hơn mình và vừa có một gánh nặng mà họ phải mang đối với những người nhỏ tuổi hơn. Họ có thể cũng cảm thấy mình là nạn nhân vì họ không thể thu hút được sự chú ý nào từ cha mẹ. Nếu anh chị em ruột không giải quyết được những cảm xúc đó cho phù hợp, thì họ có thể có những mối quan hệ bất hòa với các anh chị em của mình.

Tội giết người đầu tiên trong lịch sử nhân loại cũng đã xảy ra giữa hai anh em. Nguyên nhân do sự ghen tị của Ca-in với em trai của mình A-bên, liên quan đến các phước hạnh của Đức Chúa Trời. Kể từ đó, đã có những sự vật lộn và tranh chiến liên tiếp giữa các anh chị em trong suốt lịch sử loài người. Giô-sép bị các anh mình ghét và bán đi làm nô lệ ở Ê-díp-tô. Con trai của Đa-vít, Áp-sa-lôm là một trong những người con của ông đã giết anh trai của mình là Am-nôn. Ngày nay, rất nhiều anh chị em tranh chiến lẫn nhau vì chuyện thừa kế tiền bạc của cha mẹ. Họ giống như kẻ thù của nhau.

Mặc dù không nghiêm trọng như các trường hợp ở trên, khi họ kết hôn và bắt đầu xây dựng gia đình riêng của mình, họ không thể quan tâm nhiều đến anh chị em của mình như trước. Tôi sinh ra là con trai út trong số sáu anh chị em. Tôi được các anh chị của tôi yêu thương tôi lắm, nhưng khi tôi nằm liệt giường bảy năm ròng do nhiều bệnh tật, thì tình hình đã thay đổi. Tôi ngày càng trở thành gánh nặng hơn cho họ. Họ đã cố gắng để chữa bệnh cho tôi đến một số chừng mực, nhưng khi có vẻ không còn hy vọng nữa, họ bắt đầu quay lưng lại với tôi.

Tình Yêu Giữa những Người Lân Cận

Người Hàn Quốc có một cảm nghĩ "Người Hàng Xóm là Anh Chị Em Họ." Có nghĩa là người hàng xóm, người lân cận của chúng ta gần gũi như các thành viên trong gia đình chúng ta. Trước kia khi người ta trồng trọt, những người hàng xóm là những người rất quý báu có thể giúp đỡ lẫn nhau. Nhưng cảm nghĩ này ngày càng trở nên không có thật. Ngày nay, người ta đóng cửa và khóa lại, ngay cả với những người hàng xóm của họ. Chúng ta còn sử dụng hệ thống an ninh cao. Người ta thậm chí không biết những người sống bên cạnh nhà họ.

Họ không quan tâm đến những người khác và họ không có ý định tìm hiểu hàng xóm của họ là ai. Họ chỉ nghĩ đến bản thân mình, và chỉ có các thành viên gia đình trước mắt họ mới là quan trọng với họ. Họ không tin tưởng nhau. Ngoài ra, nếu họ cảm thấy người hàng xóm của họ đang gây ra cho họ bất cứ sự bất tiện, thiệt hại hoặc tổn hại nào, họ không ngần ngại tẩy chay hoặc chiến đấu với những người kia. Ngày nay có nhiều người là những người hàng xóm kiện nhau về các vấn đề không đáng kể. Có một người đã đâm người hàng xóm sống ở tầng trên trong cùng một căn hộ vì người hàng xóm này đã làm ồn ào.

Tình Yêu Giữa Bạn Bè

Vậy thì, tình yêu giữa những người bạn là gì? Bạn có thể nghĩ rằng một người bạn đặc biệt sẽ luôn ở bên bạn. Nhưng, ngay cả một người nào đó bạn xem như một người bạn thân cũng có thể phản bội bạn và bỏ bạn làm trái tim bạn tan vỡ.

Trong một số trường hợp, có người hỏi bạn bè của mình để mượn một số tiền đáng kể hoặc nhờ trở thành người bảo lãnh vay mượn, vì anh ấy sắp phá sản. Nếu các bạn của anh từ chối, anh ấy nói rằng anh đã bị phản bội và anh không bao giờ muốn nhìn thấy họ nữa. Nhưng ai là người đang hành động sai trật ở đây?

Nếu bạn thực sự yêu bạn bè của bạn, bạn không thể gây ra bất cứ sự đau đớn nào cho người bạn của mình. Nếu bạn sắp phá sản, và nếu bạn bè của bạn trở thành người bảo lãnh cho bạn, chắc chắn bạn bè của bạn và các thành viên gia đình của họ có thể phải chịu khổ với bạn. Tình yêu khiến cho bạn của bạn phải mạo hiểm như vậy phải không? Nó không phải là tình yêu. Nhưng ngày nay, những việc như vậy xảy ra khá thường xuyên. Hơn nữa, Lời Đức Chúa Trời cấm chúng ta vay, cho vay tiền và cho ký quỹ hoặc trở thành người bảo lãnh nợ cho bất cứ ai. Khi chúng ta không vâng theo Lời của Đức Chúa Trời như vậy, thì trong hầu hết các trường hợp đều sẽ có công việc của Sa-tan và tất cả những người có liên quan sẽ phải đối mặt với điều bất lợi.

Hỡi con, nếu con có bảo lãnh cho kẻ lân cận mình, nếu con giao tay mình vì người ngoại, thì con đã bị lời miệng mình trói buộc, mắc phải lời của miệng con (Châm ngôn 6:1-2).

Chớ đồng bọn cùng những kẻ giao tay nhau, hoặc cùng

kẻ bảo lãnh nợ: (Châm ngôn 22:26).

Một số người nghĩ là thật khôn ngoan khi kết bạn dựa trên những gì họ có thể thu được từ những người bạn. Trên thực tế ngày nay điều đó rất khó để tìm được một người mà sẵn lòng bỏ thời gian, công sức, và tiền bạc của họ cùng với tình yêu thương thật cho những người hàng xóm hoặc bạn bè của họ.

Tôi có nhiều bạn bè từ khi còn nhỏ. Trước khi tôi trở thành một tín hữu trong Đức Chúa Trời, tôi xem sự trung thành giữa những người bạn như là sự sống của tôi. Tôi nghĩ tình bạn của chúng tôi sẽ kéo dài mãi mãi. Nhưng khi tôi ở giường bệnh trong một thời gian dài, tôi hoàn toàn nhận ra tình yêu giữa những người bạn cũng đã thay đổi theo những lợi ích riêng của họ.

Lúc đầu, bạn bè của tôi đã nghiên cứu để tìm bác sĩ giỏi hay những bài thuốc dân gian tốt và đưa đến cho tôi, nhưng khi tôi không bình phục được hoàn toàn, thì từng người một đã bỏ tôi. Sau đó, tôi chỉ có những người bạn rượu và cờ bạc mới là những người bạn thân. Mặc dù những người bạn đó không đến với tôi vì họ yêu thương tôi, nhưng chỉ vì họ cần có một nơi để đi chơi một lát. Ngay cả trong tình yêu xác thịt, họ nói họ yêu thương nhau, nhưng ngay sau đó lại thay đổi.

Sẽ tốt như thế nào nếu cha mẹ và con cái, anh chị em, bạn bè và hàng xóm không tìm kiếm lợi ích của riêng mình và không bao giờ thay đổi thái độ này của họ? Nếu đây là trường hợp như vậy, thì nghĩa là họ có tình yêu thuộc linh. Nhưng trong hầu hết các trường hợp, họ không có tình yêu thuộc linh, và họ không thể tìm được sự thỏa lòng thật trong việc này. Họ tìm kiếm tình yêu từ các thành viên trong gia đình và những người xung quanh họ. Nhưng khi họ tiếp tục làm như vậy, họ sẽ chỉ trở thành những kẻ khát tình mà thôi, như thể họ đang uống nước biển để làm dịu cơn khát của họ. Blaise Pascal đã nói rằng có một khoảng trống có hình ảnh Đức Chúa Trời ở trong lòng của mỗi người, khoảng trống đó không thể lấp đầy bằng bất cứ tạo vật nào, nhưng chỉ được lấp đầy bằng Đức Chúa Trời, Đấng Tạo Hóa, được biết qua Chúa Giê-su. Chúng ta không thể cảm thấy thỏa lòng thật và chúng ta phải chịu một cảm giác vô nghĩa trừ khi khoảng trống đó được lấp đầy bằng tình yêu của Đức Chúa Trời. Vậy thì, điều này có nghĩa là trong thế gian này không có tình yêu thuộc linh là tình yêu không bao giờ thay đổi phải không? Không phải như vậy. Tuy tình yêu thuộc linh không được phổ biến, nhưng chắc chắn tồn tại. 1 Cô-rinh-tô chương 13 cho chúng ta biết rõ ràng về tình yêu thật.

"Tình yêu thương hay nhịn nhục; tình yêu thương hay nhân từ; tình yêu thương chẳng ghen tị, chẳng khoe mình, chẳng lên mình kiêu ngạo, chẳng làm điều trái phép, chẳng kiếm tư lợi, chẳng nóng giận, chẳng nghi ngờ sự dữ, chẳng vui về điều không công bình, nhưng vui trong lẽ thật. Tình yêu thương hay dung thứ mọi sự, tin mọi sự, trông cậy mọi sự, nín chịu mọi sự" (1 Cô-rinh-tô 13:4-7).

Đức Chúa Trời gọi đó là tình yêu thương thuộc linh và tình yêu thật. Nếu chúng ta biết tình yêu của Đức Chúa Trời và được thay đổi bằng lẽ thật, chúng ta có thể có tình yêu thuộc linh. Chúng ta hãy có tình yêu thuộc linh bằng tình yêu đó chúng ta có thể yêu thương nhau bằng cả tấm lòng của chúng ta và bằng một thái độ không thay đổi, ngay cả khi tình yêu đó không những không có lợi, mà còn có hại cho chúng ta.

Cách Để Kiểm Tra Tình Yêu Thương Thuộc Linh

Có những người nhầm tưởng rằng họ yêu mến Đức Chúa Trời. Để kiểm tra mức độ chúng ta đã nuôi dưỡng tình yêu thuộc linh thật và tình yêu của Đức Chúa Trời, chúng ta có thể kiểm tra những cảm xúc và hành động chúng ta đã có khi chúng ta trải qua các bài trắc nghiệm tinh tế, những thử thách, và những khó khăn. Chúng ta có thể tự kiểm tra mình xem chúng ta đã nuôi dưỡng tình yêu thật đến mức độ nào, bằng việc kiểm tra xem chúng ta không hay có thực sự vui mừng và biết ơn Chúa từ trong sâu thẳm tấm lòng của chúng ta và chúng ta có hay không có tiếp tục làm theo ý muốn của Đức Chúa Trời.

Nếu chúng ta phàn nàn và bực bội với hoàn cảnh và nếu chúng ta tìm kiếm các phương pháp thế gian và nhờ cậy con người, thì có nghĩa là chúng ta không có tình yêu thuộc linh. Điều đó chỉ chứng tỏ sự hiểu biết của chúng ta về Đức Chúa Trời là kiến thức duy nhất, không phải sự hiểu biết chúng ta đã đặt để và đã nuôi dưỡng trong lòng của chúng ta. Cũng giống như một hóa đơn giả mạo trông giống như tiền thật nhưng thực sự nó chỉ là một mảnh giấy, tình yêu được biết đó chỉ trong kiến thức chứ không phải tình yêu thật. Điều đó không có giá trị gì. Nếu tình yêu của chúng ta dành cho Chúa không thay đổi và nếu chúng ta nhờ cậy Đức Chúa Trời trong bất cứ hoàn cảnh nào và trong bất cứ khó khăn nào, thì chúng ta có thể nói chúng ta đã nuôi dưỡng tình yêu thương thật, tình yêu thuộc linh.

"Nên bây giờ còn có ba điều nầy: Đức tin, sự trông cậy, tình yêu thương; nhưng điều trọng hơn trong ba điều đó là tình yêu thương."

1 Cô-rinh-tô 13:13

Phần 2

Tình Yêu Thương như trong Chương Tình Yêu Thương

Chương 1 : Loại Tình Yêu mà Đức Chúa Trời Khao Khát

Chương 2 : Những Đặc Tính của Tình Yêu Thương

Chương 3 : Tình Yêu Thương Trọn Vẹn

Loại Tình Yêu mà Đức Chúa Trời Khao Khát

"Dầu tôi nói được các thứ tiếng loài người và thiên sứ, nếu không có tình yêu thương, thì tôi chỉ như đồng kêu lên hay là chập chỏa vang tiếng. Dầu tôi được ơn nói tiên tri, cùng biết đủ các sự mầu nhiệm và mọi sự hay biết; dầu tôi có cả đức tin đến nỗi dời núi được, nhưng không có tình yêu thương, thì tôi chẳng ra gì. Dầu tôi phân phát gia tài để nuôi kẻ nghèo khó, lại bỏ thân mình để chịu đốt, song không có tình yêu thương, thì điều đó chẳng ích chi cho tôi."

1 Cô-rinh-tô 13:1-3

Sau đây là một sự cố xảy ra tại một trại trẻ mồ côi ở Nam Phi. Trẻ em ở đây từng đứa một càng ngày càng bệnh, và số lượng cũng tăng lên. Nhưng họ không thể tìm thấy bất cứ nguyên nhân cụ nào về bệnh tật của các em. Trại trẻ mồ côi đã mời một số bác sĩ nổi tiếng đến để chẩn đoán cho các em. Sau khi nghiên cứu kỹ lưỡng, các bác sĩ đã hướng dẫn, "Khi các em thức dậy, hãy ôm các em và bày tỏ tình yêu cho các em trong vòng mười phút."

Trước sự ngạc nhiên của họ, các căn bệnh không có nguyên nhân đã bắt đầu biến mất. Vì tình yêu thương ấm áp là những gì các em cần hơn bất cứ điều gì khác. Mặc dù chúng ta không phải lo lắng về những chi phí sinh hoạt và sống trong sự dư dật, nhưng không có tình yêu thương chúng ta không thể có hy vọng vào cuộc sống hay không có ý chí để sống. Có thể nói rằng tình yêu thương là yếu tố quan trọng nhất trong đời sống của chúng ta.

Tầm Quan Trọng của Tình Yêu Thuộc Linh

Chương mười ba của sách 1 Cô-rinh-tô, được gọi là Chương tình yêu thương, đầu tiên nhấn mạnh về tầm quan trọng của tình yêu thương trước khi thực sự giải thích tình yêu thuộc linh một cách chi tiết. Đó là vì nếu chúng ta nói được các thứ tiếng loài người và thiên sứ, nhưng không có tình yêu thương, thì chúng ta chỉ như đồng kêu lên hay là chập chỏa vang tiếng.

Các "thứ tiếng loài người" không để cập đến nói tiếng lạ như trong phần một về những ân tứ của Đức Thánh Linh. Nó để cập đến tất cả các ngôn ngữ của những người đang sống trên đất này như tiếng Anh, Nhật, Pháp, Nga, vv. Văn minh và tri thức được hệ thống hóa và được truyền qua ngôn ngữ, và do đó chúng ta có thể nói sức mạnh của ngôn ngữ thực sự tuyệt vời. Với ngôn ngữ chúng ta cũng có thể diễn tả và giãi bày những cảm xúc và suy nghĩ của chúng ta để chúng ta có thể thuyết phục hoặc đụng chạm được trái tim của nhiều người. Cái lưỡi của con người có sức mạnh để cảm động con người và có sức mạnh để đạt được nhiều điều. "Tiếng của thiên sứ" nói đến những lời nói tốt đẹp. Thiên sứ là những thiên thần và họ đại diện cho 'cái đẹp'. Khi có một số người nói những lời tốt đẹp với giọng nói hay, người ta miêu tả họ như là thiên thần. Nhưng Đức Chúa Trời phán rằng dầu có những lời nói hùng hồn của con người hay có những lời nói tốt đẹp như thiên sứ thì cũng chỉ như đồng kêu lên hay là chập chỏa vang tiếng nếu không có tình yêu thương (1 Cô-rinh-tô 13:1).

Trong thực tế, một mảnh thép cứng nặng hoặc một mảnh đồng cũng không kêu lên khi đập vào nó. Nếu một mảnh đồng kêu lên được, nó có nghĩa là mảnh đồng đó rỗng bên trong hoặc là mảnh đồng đó mỏng và nhẹ. Chập chỏa vang tiếng được vì chúng được làm từ một mảnh đồng mỏng. Điều đó cũng giống như với con người. Giá trị của chúng ta có thể so sánh được như bông lúa mì kết đầy hạt chỉ khi chúng ta trở nên con trai con gái thật của Đức Chúa Trời bằng cách đổ đầy tình yêu thương vào trong lòng của chúng ta. Ngược lại, những người không có tình yêu thương cũng giống như vỏ trấu trống không. Tại sao lại như vậy?

1 Giăng 4:7-8 nói, "Hỡi kẻ rất yêu dấu, chúng ta hãy yêu mến lẫn nhau; vì sự yêu thương đến từ Đức Chúa Trời, kẻ nào yêu, thì sanh từ Đức Chúa Trời và nhìn biết Đức Chúa Trời. Ai chẳng yêu, thì không biết Đức Chúa Trời; vì Đức Chúa Trời là sự yêu thương." Nghĩa là những người không có tình yêu thương thì

không có gì với Đức Chúa Trời, và họ chỉ giống như vỏ trấu không có gạo ở trong. Lời nói của những người như vậy không có giá trị ngay cả khi họ có những lời nói hùng hồn và hoa mỹ, vì họ không thể cho đi tình yêu thương thật hay đời sống chân thật với những người khác. Nhưng họ chỉ gây khó chịu cho người khác như đồng kêu lên hay là chập chỏa vang tiếng, vì bên trong họ nhẹ và trống không. Mặt khác, những lời nói chứa tình yêu thương có sức mạnh tuyệt vời cho cuộc sống. Chúng ta có thể tìm thấy bằng chứng như vậy trong cuộc đời của Chúa Giê-su.

Tình Yêu Thật Ban Cho Sự Sống

Một ngày kia khi Chúa Giê-su đang giảng dạy trong Đền Thờ, thì các thầy thông giáo và người Pha-ri-si mang một người đàn bà đến trước mặt Ngài. Bà ta bị bắt quả tang đang phạm tội tà dâm. Ngay một chút lòng thương xót cũng không thể được tìm thấy trong mắt của những thầy thông giáo và người Pha-ri-si, là những người đã đưa người đàn bà đó đến.

Họ nói cùng Đức Chúa Giê-su rằng: "Thưa thầy, người đàn bà nầy bị bắt quả tang về tội tà dâm. Vả, trong luật pháp Môi-se có truyền cho chúng ta rằng nên ném đá những hạng người như vậy; – còn thầy, thì nghĩ sao?" (Giăng 8:4-5)

Luật ở Y-sơ-ra-ên là Lời Chúa và Luật của Đức Chúa Trời. Luật có một điều khoản nói rằng những người tà dâm phải bị ném đá cho đến chết. Nếu Chúa Giê-su nói họ phải ném đá bà ta theo Luật Pháp, thì có nghĩa là Ngài đang mâu thuẫn với chính lời Ngài, vì Ngài dạy mọi người phải yêu thương nhau ngay cả kẻ thù nghịch mình. Còn nếu Ngài nói hãy tha thứ cho bà ta, thì rõ ràng là vi phạm Luật Pháp. Điều đó nghịch lại với Lời Đức Chúa Trời. Các thầy thông giáo và người Pha-ri-si đang tự đắc vì nghĩ rằng bây giờ họ đã có cơ hội để hạ bệ Chúa Giê-su. Hiểu rõ lòng của họ, Chúa Giê-su chỉ cúi xuống và lấy ngón tay viết điều gì đó trên đất. Sau đó, Ngài đứng dậy và phán rằng, "Ai trong các ngươi là người vô tội, hãy trước nhứt ném đá vào người" (Giăng 8:7).

Rồi Ngài lại cúi xuống cứ lấy ngón tay viết trên mặt đất, từng người một đi ra, chỉ có Đức Chúa Giê-su ở lại một mình với người đàn bà. Chúa Giê-su đã cứu mạng sống của người đàn bà này mà không vi phạm Luật Pháp.

Mặt khác, những gì các thầy thông giáo và người Pha-ri-si đã nói đều không sai vì họ chỉ đơn giản nói những gì Luật của Đức Chúa Trời phán dạy. Nhưng động cơ trong lời nói của họ thì rất khác với Chúa Giê-su. Họ đang cố gắng để làm hại những người khác trong khi Chúa Giê-su đang cố gắng để cứu các linh hồn.

Nếu chúng ta có tấm lòng của Chúa Giê-su, chúng ta sẽ cầu nguyện suy nghĩ xem những lời nào có thể mang sức mạnh đến cho người khác và có thể dẫn dắt họ đến lẽ thật. Chúng ta sẽ cố gắng mang sự sống đến trong từng lời chúng ta nói. Một số người cố gắng thuyết phục người khác bằng Lời của Đức Chúa Trời, hoặc cố gắng sửa trị cách cư xử của người khác bằng cách chỉ ra những thiếu sót và sai lầm của họ mà người ta nghĩ là không tốt. Nhưng chỉ cần những lời nói đó nói ra ngoài tình yêu thương thì mặc dù những lời đó là đúng, chúng cũng không tạo ra được sự thay đổi trong người khác cũng như không mang được sự sống đến cho người khác.

Do đó, chúng ta luôn luôn tự kiểm tra mình để xem chúng ta

có đang nói với sự công bình riêng của chúng ta và những khuôn khổ theo suy nghĩ riêng của chúng ta hay không, hoặc là xem những lời nói của chúng ta có phải không có tình yêu thương để ban sự sống cho người khác hay không. Thay vì những lời nói rất ngọt ngào, thì một lời nói có chứa tình yêu thuộc linh có thể trở thành nước sự sống để làm dịu cơn khát của các linh hồn, và là trang sức quý giá mang lại niềm vui và sự yên ủi đến cho những linh hồn đang bị đau đớn.

Tình Yêu Thương bằng Việc Làm của sự Hy Sinh

Nói chung 'ơn nói tiên tri' dùng để nói về những sự kiện trong tương lai. Trong ngữ cảnh của Kinh Thánh thì lời tiên tri là để nhận được tấm lòng của Đức Chúa Trời trong sự khải thị của Đức Thánh Linh cho một mục đích cụ thể và nói về những sự kiện trong tương lai. Lời nói tiên tri không phải là một lời gì đó mà có thể được nói ra theo ý muốn của con người. 2 Phi-e-rơ 1:21 nói, "...Vì chẳng hề có lời tiên tri nào là bởi ý một người nào mà ra, nhưng ấy là bởi Đức Thánh Linh cảm động mà người ta đã nói bởi Đức Chúa Trời." Ân tứ của lời nói tiên tri này không phải là được ban cho bất cứ ai một cách ngẫu nhiên. Đức Chúa Trời không ban ân tứ này cho người chưa được nên thánh, vì người ấy có thể trở nên kiêu ngạo.

'Ơn nói tiên tri', như trong chương tình yêu thương thuộc linh không phải là ân tứ, được ban cho một số người đặc biệt. Nó có nghĩa là bất cứ ai tin Chúa Giê-su Christ và sống trong lẽ thật đều có thể thấy và nói trước về tương lai. Ấy là khi Chúa trở lại trên không trung, những người được cứu sẽ được cất lên trên không trung và được dự Tiệc Cưới Chiên Con Bảy Năm, trong khi mà những người không được cứu sẽ phải chịu khổ Bảy Năm Hoạn Nạn trên đất này và phải vào địa ngục sau Tòa Án Phán Xét Trắng Và Lớn. Nhưng mặc dù tất cả con cái của Đức Chúa Trời đều có ơn nói tiên tri trong cách này, 'nói về các sự kiện trong tương lai', nhưng không phải tất cả đều có tình yêu thuộc linh. Sau tất cả, nếu họ không có tình yêu thuộc linh, họ sẽ thay đổi thái độ của họ theo lợi thế riêng của mình, và do đó ơn nói tiên tri sẽ không có lợi cho họ bất cứ điều gì. Ơn này không thể tự phát sinh cũng không thể tự phóng đại tình yêu thương.

'Mầu nhiệm' ở đây để cập đến bí mật đã được giấu kín từ nhiều thời đại trước, đó là lời giảng về thập tự giá (1 Cô-rinh-tô 1:18). Lời giảng về thập tự giá là quyền năng thần hữu cho sự cứu rỗi nhân loại, được Đức Chúa Trời làm từ nhiều thời đại trước dưới sự tể trị của Ngài. Đức Chúa Trời biết con người sẽ phạm tội và xa ngã vào con đường của sự chết. Vì lý do này Ngài đã chuẩn bị Chúa Giê-su Christ, Đấng sẽ trở nên Đấng Cứu Chuộc từ nhiều thời đại trước. Cho đến khi quyền năng thần hữu này được làm trọn, Đức Chúa Trời đã giữ bí mật về điều này. Tại sao Ngài đã làm điều đó? Có phải con đường cứu rỗi được biết, nó sẽ không được ứng nghiệm vì sự ngăn trở của kẻ thù nghịch là Sa-tan và ma quỷ không (1 Cô-rinh-tô 2:6-8). Kẻ thù nghịch ma quỷ và Sa-tan nghĩ chúng sẽ có thể mãi mãi giữ thẩm quyền mà họ đã nhận được từ A-đam nếu họ giết Chúa Giê-su. Nhưng, vì chúng đã xúi giục những kẻ ác và giết Chúa Giê-su nên con đường của sự cứu rỗi đã được mở ra! Tuy nhiên, mặc dù chúng ta biết một mầu nhiệm lớn như vậy, nhưng hiểu biết về sự mầu nhiệm cũng không có lợi gì cho chúng ta nếu chúng ta không có tình yêu thương thuộc linh.

Sự hay biết cũng giống như vậy. Ở đây thuật ngữ 'mọi sự hay biết' không đề cập đến việc học lý thuyết suông. Nó đề cập đến sự hay biết về Đức Chúa Trời và về Lẽ Thật trong 66 sách của Kinh Thánh. Mỗi khi chúng ta học biết về Đức Chúa Trời qua Kinh Thánh, chúng ta cũng nên gặp gỡ Ngài và trực tiếp kinh nghiệm Ngài và tin cậy Ngài từ trong đáy lòng của chúng ta. Mặt khác sự hiểu biết về Lời Đức Chúa Trời sẽ vẫn chỉ như là một mẩu kiến thức trong đầu của chúng ta. Thậm chí chúng ta có thể sử dụng kiến thức một cách vô ích, ví dụ, sử dụng trong việc phán xét và lên án người khác. Do đó, sự hay biết không có tình yêu thuộc linh thì chẳng ích chi cho chúng ta.

Nếu chúng ta có đức tin lớn đến nỗi dời núi được như vậy thì sao? Có đức tin lớn không nhất thiết có nghĩa là có tình yêu lớn phải không? Vậy, tại sao lượng đức tin và tình yêu thương không hợp với nhau như thế? Đức tin có thể lớn bằng cách xem những dấu kỳ phép lạ và các công việc của Đức Chúa Trời. Phi-e-rơ đã nhìn thấy nhiều dấu kỳ phép lạ Chúa Giê-su đã làm và vì lý do này, ông cũng có thể đi bộ, mặc dù trong một khoảnh khắc, trên mặt nước khi Chúa Giê-su đang đi trên mặt nước. Nhưng tại thời điểm đó Phi-e-rơ không có tình yêu thương thuộc linh bởi vì ông chưa nhận được Đức Thánh Linh. Ông chưa được cắt bì lòng bằng cách cắt bỏ mọi tội lỗi. Vì vậy, khi mạng sống của ông sau đó bị đe dọa, ông đã chối Chúa ba lần.

Chúng ta có thể hiểu tại sao đức tin của chúng ta có thể tăng trưởng qua kinh nghiệm, nhưng tình yêu thuộc linh bước vào trong lòng của chúng ta chỉ khi chúng ta có những nỗ lực, sự hiến dâng, và những hy sinh để cắt bỏ mọi tội lỗi. Nhưng điều đó không có nghĩa là không có mối quan hệ trực tiếp giữa đức tin thuộc linh và tình yêu thương. Chúng ta có thể cố gắng cắt bỏ mọi tội lỗi và chúng ta có thể cố gắng để yêu Đức Chúa Trời và yêu những linh hồn vì chúng ta có đức tin. Nhưng không có những việc làm để thực sự giống như Chúa và để nuôi dưỡng tình yêu thật, thì công việc của chúng ta cho vương quốc của Đức Chúa Trời sẽ không có bất cứ điều gì để làm với Đức Chúa Trời cho dù chúng ta có cố gắng trung tín thế nào. Cũng giống như Chúa Giê-su đã phán dạy, "Khi ấy, ta sẽ phán rõ ràng cùng họ rằng: Hỡi kẻ làm gian ác, ta chẳng biết các ngươi bao giờ, hãy lui ra khỏi ta!" (Ma-thi-ơ 7:23)

Tình Yêu Thương Mang Đến những Phần Thưởng Thiên Đàng

Thông thường, vào cuối năm, nhiều tổ chức và cá nhân quyên góp tiền để nhờ các công ty phát thanh truyền hình hoặc báo chí giúp đỡ phân phát cho những người nghèo. Bây giờ, nếu tên của họ không được các tờ báo hay đài truyền hình đề cập đến thì sao? Thì có khả năng là sẽ không có nhiều cá nhân và các công ty còn quyên góp nữa.

Chúa Giê-su nói trong sách Ma-thi-ơ 6:1-2, "Hãy giữ, đừng làm sự công bình mình trước mặt người ta, cho họ đều thấy. Bằng không, thì các ngươi chẳng được phần thưởng gì của Cha các ngươi ở trên trời. Vậy, khi ngươi bố thí, đừng thổi kèn trước mặt mình, như bọn giả hình làm trong nhà hội và ngoài đường, để được người ta tôn kính. Quả thật, ta nói cùng các ngươi, bọn đó đã được phần thưởng của mình rồi." Nếu chúng ta giúp đỡ những người khác để dành được sự kính trọng từ con người, chúng ta có thể được kính trọng ngay lúc đó, nhưng chúng ta không nhận được bất cứ phần thưởng nào từ Đức Chúa Trời.

Việc bố thí này chỉ làm thỏa mãn mình hoặc chỉ muốn khoe khoang. Nếu một người làm công tác từ thiện chỉ là hình thức, thì anh ta sẽ càng ngày càng nâng mình lên khi anh ta nhận được nhiều sự khen ngợi. Nếu Đức Chúa Trời ban phước cho loại người này, anh ta có thể tự xem mình được ở trong tầm nhìn của Đức Chúa Trời. Sau đó, anh ta sẽ không cắt bì lòng, và điều đó chỉ gây hại cho anh ta. Nếu bạn làm những công việc từ thiện cho những người lân cận của bạn bằng tình yêu thương, thì bạn sẽ không quan tâm người khác có nhận ra bạn hay không. Vì bạn tin rằng Đức Chúa Trời, Cha Thiên Thượng nhìn thấy những việc bạn làm trong chỗ kín nhiệm sẽ thưởng cho bạn (Ma-thi-ơ 6:3-4).

Công tác từ thiện trong Chúa không chỉ là chu cấp những nhu cầu cơ bản của cuộc sống như quần áo, thực phẩm, và nhà ở. Quan trọng hơn là phải chu cấp bánh thuộc linh để cứu linh hồn đó. Ngày nay, dù họ là tín hữu trong Chúa hay không, nhiều người nói vai trò của hội thánh là giúp đỡ người bệnh, người bị bỏ rơi và người nghèo. Dĩ nhiên điều đó không sai, nhưng những nhiệm vụ đầu tiên của hội thánh là để rao giảng Phúc Âm và cứu các linh hồn để họ có được sự bình an thuộc linh. Mục tiêu cuối cùng của những công tác từ thiện đều nằm trong những mục tiêu này.

Vì vậy, khi chúng ta giúp đỡ những người khác, chúng ta phải làm công việc từ thiện sao cho đúng bằng cách nhận sự dẫn dắt của Đức Thánh Linh, đó là điều rất quan trọng. Nếu giúp người nào đó không đúng cách, điều này có thể dễ dàng khiến cho người đó tự tách mình ra khỏi Đức Chúa Trời. Trong trường hợp xấu nhất, thậm chí điều đó có thể kéo anh ta đến con đường sự chết. Ví dụ, nếu chúng ta giúp những người đã trở nên nghèo vì uống quá nhiều rượu và chơi cờ bạc hoặc những người đang khó khăn vì họ nghịch lại với ý muốn của Đức Chúa Trời, thì sự giúp đỡ đó chỉ làm cho họ đi vào con đường sai lầm hơn. Dĩ nhiên điều đó không có nghĩa là chúng ta không được giúp đỡ những người không phải là tín hữu. Chúng ta nên giúp đỡ những người ngoại bằng cách bày tỏ tình yêu của Đức Chúa Trời cho họ. Tuy nhiên, chúng ta không nên quên rằng mục đích chính của việc làm từ thiện là để truyền bá phúc âm.

Trong trường hợp của các tân tín hữu là những người có đức tin yếu đuối, bắt buộc chúng ta phải làm mạnh mẽ họ cho đến khi đức tin của họ trưởng thành. Đôi khi ngay cả trong số những người có đức tin, có một số người bị bệnh tật bẩm sinh hoặc bị bệnh và một số người khác thì bị tai nạn không tự kiếm sống được. Cũng có những người lớn tuổi đang sống một mình hoặc trẻ em phải giúp gia đình trong khi cha mẹ vắng nhà. Những người này có thể rất cần những công việc từ thiện. Nếu chúng ta giúp những người này là những người thực sự có nhu cầu, Đức Chúa Trời sẽ làm cho linh hồn của chúng ta được thạnh vượng và làm cho của cải của chúng ta thêm nhiều lên.

Trong Công Vụ chương 10, Cọt-nây là người đã nhận được phước lành. Cọt-nây kính sợ Đức Chúa Trời và đã giúp đỡ những người Do Thái rất nhiều. Cọt-nây làm đội trưởng của một đội binh cầm quyền trên Y-sơ-ra-ên. Trong hoàn cảnh của ông thì thật là khó để giúp những người địa phương. Người Do Thái đã nghi ngờ về những gì ông đang làm và các đồng nghiệp của ông cũng có thể chỉ trích về những gì ông đã làm. Nhưng, vì ông kính sợ Đức

Chúa Trời nên không ngừng lại ở các việc lành và từ thiện. Đức Chúa Trời đã thấy những việc lành của ông sau đó, và đã sai Phi-e-rơ đến nhà của ông nên ngay lập tức không chỉ gia đình của ông mà còn tất cả những người ở trong nhà ông đều nhận được Đức Thánh Linh và sự cứu rỗi.

Đó không chỉ là các công việc từ thiện, phải được làm bằng tình yêu thương thuộc linh mà còn phải dâng hiến cho Đức Chúa Trời. Trong Mác 12, chúng ta đọc về một người đàn bà góa phụ đã được Chúa Giê-su khen vì bà đã dâng hiến bằng cả tấm lòng của bà. Bà đã dâng có hai đồng xu, nhưng đó là tất cả những gì bà có để sống. Vì vậy, tại sao Chúa Giê-su khen bà? Ma-thi-ơ 6:21 nói, "...vì chưng của cải ngươi ở đâu, thì lòng ngươi cũng ở đó." Như đã nói, khi người đàn bà góa đã dâng hết tất cả những gì mình có để nuôi mình, nghĩa là dâng cả tấm lòng của bà cho Đức Chúa Trời. Điều đó bày tỏ tình yêu của bà dành cho Đức Chúa Trời. Ngược lại, những sự dâng hiến được ban ra cách miễn cưỡng hoặc là thái độ tính toán và làm theo ý kiến của người khác thì không làm đẹp lòng Đức Chúa Trời. Do đó, dâng hiến như vậy chẳng ích gì cho người dâng.

Bây giờ chúng ta hãy nói về việc bỏ thân mình. Phải "bỏ thân mình để chịu đốt" ở đây có nghĩa là "phải hoàn toàn hy sinh chính bản thân mình." Thông thường những sự hy sinh được làm vì tình yêu thương, nhưng cũng có thể được làm mà không có tình yêu ở trong đó. Vậy, những sự hy sinh mà không có tình yêu thương là gì?

Phàn nàn nhiều điều khác nhau sau khi đã làm công việc của Đức Chúa Trời là một thí dụ về sự hy sinh không có tình yêu thương. Khi bạn đã dành cả sức lực, thời gian và tiền bạc vào những công việc của Đức Chúa Trời, nhưng không ai nhìn nhận và khen ngợi và rồi bạn cảm thấy hối tiếc và phàn nàn về điều đó. Là khi bạn nhìn thấy bạn đồng công của mình và cảm thấy họ không sốt sắng như bạn mặc dù họ nói họ yêu Đức Chúa Trời và yêu Chúa. Bạn thậm chí có thể nói với chính mình rằng họ lười biếng. Cuối cùng đó chỉ là sự phán xét và lên án của bạn về họ. Thái độ này đã thầm có trong ao ước, muốn công lao của mình được bày tỏ cho người khác biết, để được người ta khen và ngạo mạn khoe khoang về sự trung tín của bạn. Loại hy sinh này có thể phá vỡ sự bình an giữa mọi người và làm buồn lòng Đức Chúa Trời. Vì thế hy sinh mà không có tình yêu thương chẳng có ích gì.

Bạn không thể phàn nàn bằng những lời nói bề ngoài. Nhưng nếu không có ai nhìn nhận những việc làm trung tín của bạn, bạn sẽ bị nản lòng và nghĩ rằng bạn chẳng là gì và lòng sốt sắng của bạn dành cho Chúa trở nên nguội lạnh. Nếu ai đó chỉ ra những lỗi lầm và điểm yếu trong những việc làm mà bạn đã hoàn thành bằng cả sức lực mình, thậm chí đã được làm đến độ hy sinh chính bản thân mình, thì bạn có thể sẽ mất tấm lòng và khiển trách những người đã chỉ trích bạn. Khi ai đó kết quả hơn bạn và được khen ngợi, được sự ủng hộ của những người khác, bạn trở nên ghen tị và đố kỵ với người ta. Nên dẫu bạn đã trung tín và nhiệt thành như thế nào, bạn cũng không thể có được niềm vui thật trong lòng bạn. Thậm chí bạn có thể từ bỏ nhiệm vụ của bạn.

Ngoài ra còn có một số người sốt sắng chỉ khi có những người khác xem mình làm. Khi họ không thấy ai xem hay không có ai để ý đến, thì họ trở nên lười biếng và làm công việc của họ cách bừa bãi hoặc không đúng. Họ thà chỉ cố gắng hoàn thành những công việc mà người khác thấy được, còn hơn là những công việc bề ngoài chẳng ai thấy. Đó là vì ao ước của họ muốn biểu lộ chính mình cho những người đi trước và cho nhiều người khác thấy để được họ khen ngợi.

Vậy, nếu một người có đức tin nhưng không có tình yêu thương thì làm sao anh ta có thể bỏ thân mình? Đó là vì họ thiếu tình yêu thuộc linh. Trong lòng của họ thiếu niềm tin về quyền sở hữu, những gì của Đức Chúa Trời là của họ và những gì của họ là của Đức Chúa Trời.

Ví dụ, so sánh các tình huống mà một người nông dân làm việc trên cánh đồng riêng của mình và một người đồng lao làm việc trên cánh đồng của người khác để được trả lương. Khi người nông dân làm việc trên cánh đồng của mình, ông sẵn sàng làm việc khó nhọc từ sáng đến khuya. Ông không bỏ qua bất cứ công đoạn canh tác nào và ông làm hết mọi việc mà không thấy mệt. Nhưng khi một người đồng lao được thuê đến làm ở cánh đồng thuộc của người khác, anh ta không sử dụng hết năng lượng của mình để làm việc, nhưng thay vào đó anh ta mong mặt trời sẽ lặn càng sớm càng tốt để anh ta có thể nhận được tiền lương của mình và trở về nhà. Nguyên tắc này cũng áp dụng giống như với Vương Quốc của Đức Chúa Trời. Nếu người ta không có tình yêu dành cho Đức Chúa Trời ở trong lòng, họ sẽ làm cho Ngài một cách hời hợt như người làm thuê chỉ muốn nhận tiền lương của mình. Họ sẽ lẩm bẩm và phàn nàn nếu họ không nhận được tiền lương như họ mong đợi.

Đó là lý do tại sao Cô-lô-se 3:23-24 nói "Hễ làm việc gì, hãy hết lòng mà làm, như làm cho Chúa, chớ không phải làm cho người ta, vì biết rằng anh em sẽ bởi Chúa mà được cơ nghiệp làm phần thưởng. Hãy hầu việc Đấng Christ, tức là Chúa." Giúp những người khác và bỏ thân mình mà không có tình yêu thương thì cũng không có phần gì với Đức Chúa Trời, nghĩa là chúng ta không thể nhận bất cứ phần thưởng nào từ Đức Chúa Trời (Ma-thi-ơ 6:2).

Nếu chúng ta muốn dâng hiến bằng một tấm lòng chân thật, chúng ta phải có tình yêu thuộc linh trong lòng của chúng ta. Nếu tấm lòng của chúng ta được đổ đầy bằng tình yêu thương thật, chúng ta có thể tiếp tục dâng đời sống của chúng ta cho Chúa bằng tất cả những gì chúng ta có, cho dù những người khác có biết chúng ta hay không. Cũng giống như cây nến được thắp sáng và tỏa sáng trong bóng tối, chúng ta có thể dâng tất cả những gì chúng ta có. Trong Cựu Ước, khi các thầy tế lễ giết một con sinh tế để dâng cho Đức Chúa Trời như của lễ chuộc tội, họ đã đổ huyết của con vật ra và đốt mỡ của nó trên lửa ở trong đền thờ. Chúa Giê-su của chúng ta, giống như con sinh tế được dâng làm của lễ chuộc tội cho chúng ta, đã đổ đến giọt huyết cuối cùng và rải ra để cứu chuộc mọi người khỏi tội lỗi của họ. Ngài đã bày tỏ cho chúng ta một gương mẫu về sự hy sinh thật.

Tại sao sự hy sinh của Ngài lại có hiệu quả để nhiều linh hồn nhận được cứu rỗi? Đó là vì sự hy sinh của Ngài đã được làm trong tình yêu thương trọn vẹn. Chúa Giê-su đã làm trọn ý muốn của Đức Chúa Trời đến nỗi hy sinh chính mạng sống của Ngài. Ngài đã dâng lời cầu thay cho các linh hồn thậm chí cả những giây phút cuối cùng trên thập tự giá (Lu-ca 23:34). Bởi sự hy sinh thật này, Đức Chúa Trời đã nâng Ngài lên và ban cho Ngài vị trí vinh hiển nhất trên thiên đàng.

Vậy nên, Phi-líp 2:9-10 nói, "Cũng vì đó nên Đức Chúa Trời

đã đem Ngài lên rất cao, và ban cho Ngài danh trên hết mọi danh, hầu cho nghe đến danh Đức Chúa Jêsus, mọi đầu gối trên trời, dưới đất, bên dưới đất, thảy đều quì xuống."

Nếu chúng ta vứt bỏ lòng tham và những ham muốn bất khiết cũng như hy sinh bản thân mình với lòng thánh khiết như Chúa Giê-su, Đức Chúa Trời sẽ tôn quí chúng ta và dẫn chúng ta vào những vị trí cao hơn. Chúa của chúng ta hứa trong Ma-thi-ơ 5:8, "Phước cho những kẻ có lòng trong sạch, vì sẽ thấy Đức Chúa Trời!" Vậy nên, chúng ta sẽ nhận được phước hạnh có thể thấy Đức Chúa Trời mặt đối mặt.

Tình Yêu Vượt Xa Hơn Sự Phán Xét

Mục Sư Yang Won Sohn được gọi là 'bom nguyên tử của tình yêu thương'. Ông đã cho thấy một ví dụ về sự hy sinh được làm với tình yêu thương thật. Ông đã chăm sóc những người bị bệnh phung bằng tất cả sức lực của mình. Ông cũng đã bị vào tù vì từ chối cúng bái ở các đền thờ chiến tranh của Nhật dưới sự cai trị của Nhật tại Hàn Quốc. Mặc dù ông hầu việc Đức Chúa Trời, nhưng ông cũng phải nghe những tin báo sửng sốt. Tháng Mười năm 1948, trong một cuộc nổi loạn chống lại chính quyền điều hành, quân phái tả đã giết hai người con trai của ông.

Người bình thường sẽ phàn nàn với Đức Chúa Trời và nói, "Nếu Đức Chúa Trời sống, thì làm sao Ngài có thể làm điều này với tôi?" Nhưng ông chỉ cảm tạ Chúa mà rằng hai người con trai của ông đã tử đạo và ở trên Thiên Đàng bên cạnh Chúa. Hơn nữa, ông đã tha thứ cho kẻ nổi loạn là người đã giết hai con trai của ông và thậm chí ông đã nhận anh ta làm con nuôi, coi như con trai mình. Ông cảm tạ Đức Chúa Trời trong chín khía cạnh cảm tạ ở đám tang của hai con trai ông, điều đó đã đụng chạm vào trong tấm lòng của nhiều người rất sâu sắc.

"Trước hết, tôi cảm tạ Chúa về hai con trai tôi trở nên những người tử đạo mặc dù chúng đã được sinh ra từ dòng máu của tôi, vì tôi đầy sự gian ác.

Thứ hai, tôi cảm tạ Đức Chúa Trời đã ban cho tôi những người quí báu này ở gia đình của tôi trong số rất nhiều gia đình của các tín hữu.

Thứ ba, tôi cảm tạ Chúa là con trai thứ nhất và con trai thứ hai của tôi cả hai đều đã hy sinh, chúng là những đứa con đẹp nhất trong số ba con trai và ba con gái.

Thứ tư, một con trai tử đạo đã là khó, nhưng đối với tôi có đến hai con trai tử đạo, tôi cảm tạ Chúa.

Thứ năm, đó là một phước hạnh khi chết trong sự bình an cùng với đức tin trong Chúa Giê-su, và tôi cảm tạ Chúa vì chúng đã nhận được vinh quang của người tử đạo đã bị bắn và bị giết trong khi đang rao giảng Phúc Âm.

Thứ sáu, chúng đang chuẩn bị đến Hoa Kỳ để học tập, và bây giờ chúng đã đến nước Đức Chúa Trời, là một nơi tốt hơn nhiều so với Hoa Kỳ. Tôi được thở phào nhẹ nhõm và tôi cảm tạ Chúa.

Thứ bảy, tôi cảm tạ Đức Chúa Trời đã làm cho tôi có thể nhận cậu ta là con nuôi, kẻ thù đã giết hai con trai của tôi.

Thứ tám, tôi cảm tạ Đức Chúa Trời vì tôi tin sẽ có bông trái dư dật của Thiên Đàng qua sự tử đạo của hai con trai tôi.

Thứ chín, tôi cảm tạ Đức Chúa Trời vì Ngài có thể làm cho tôi nhận ra tình yêu của Đức Chúa Trời để có thể vui mừng ngay cả trong sự khó khăn này."

Để chăm sóc người bệnh, Mục sư Yang Won Sohn đã không sơ tán ngay cả trong suốt cuộc chiến tranh Hàn Quốc. Cuối cùng ông đã chịu tử đạo bởi lính cộng sản. Ông đã chăm sóc người bệnh là những người hoàn toàn bị người khác lãng quên, và ông đã đối xử cách nhân từ với kẻ thù của mình, là kẻ đã giết con trai mình. Ông đã có thể hy sinh chính bản thân mình như cách ông đã làm vì ông đầy dẫy tình yêu thương thật dành cho Đức Chúa Trời và cho những linh hồn khác.

Trong Cô-lô-se 3:14 Đức Chúa Trời phán dạy với chúng ta, "Nhưng trên hết mọi sự đó, phải mặc lấy lòng yêu thương, vì là dây liên lạc của sự trọn lành." Cho dù chúng ta nói những lời đẹp đẽ của thiên sứ và có khả năng nói tiên tri cũng như có đức tin dời núi, hy sinh chính bản thân mình cho những người có nhu cầu, hay những việc lành cũng không phải là điều gì đó trọn vẹn trong mắt của Đức Chúa Trời trừ khi chúng được làm trong tình yêu thương thật. Bây giờ, chúng ta hãy đi sâu vào từng ý nghĩa chứa đựng trong tình yêu thương thật để có được chiều kích vô hạn trong sự yêu thương của Đức Chúa Trời.

Những Đặc Tính của Tình Yêu Thương

"Tình yêu thương hay nhịn nhục; tình yêu thương hay nhân từ; tình yêu thương chẳng ghen tị, chẳng khoe mình, chẳng lên mình kiêu ngạo, chẳng làm điều trái phép, chẳng kiếm tư lợi, chẳng nóng giận, chẳng nghi ngờ sự dữ, chẳng vui về điều không công bình, nhưng vui trong lẽ thật. Tình yêu thương hay dung thứ mọi sự, tin mọi sự, trông cậy mọi sự, nín chịu mọi sự."

1 Cô-rinh-tô 13:4-7

Trong Ma-thi-ơ 24, chúng ta thấy một cảnh, Chúa Giê-su đang than khóc nhìn vào Giê-ru-sa-lem, biết rằng kỳ của Ngài đã gần rồi. Ngài phải bị treo trên thập tự giá trong quyền năng thần hựu của Đức Chúa Trời, nhưng khi Ngài nghĩ về thảm họa sẽ xảy đến cho người Do Thái và Giê-ru-sa-lem, Ngài không thể không than khóc được. Các môn đồ tự hỏi tại sao và đã có một câu hỏi: Xin Chúa phán cho chúng tôi biết lúc nào những sự đó sẽ xảy ra? (câu 3)

Vậy nên, Chúa Giê-su nói với họ về nhiều dấu hiệu và than khóc nói rằng tình yêu thương sẽ trở nên nguội dần: "Lại vì cớ tội ác sẽ thêm nhiều, thì lòng yêu mến của phần nhiều người sẽ nguội dần" (câu 12).

Ngày nay, chúng ta chắc chắn có thể cảm thấy rằng tình yêu thương của con người đã nguội dần. Nhiều người tìm kiếm tình yêu thương, nhưng họ không biết tình yêu thương thật là gì, ấy là tình yêu thuộc linh. Chúng ta không thể có được tình yêu thật chỉ vì chúng ta muốn có nó. Chúng ta có thể bắt đầu có được khi tình yêu của Đức Chúa Trời bước vào trong lòng của chúng ta. Sau đó chúng ta có thể bắt đầu hiểu tình yêu đó là gì và cũng bắt đầu cắt bỏ sự gian ác ra khỏi lòng của chúng ta.

Rô-ma 5:5 nói, ..." Vả, sự trông cậy không làm cho hổ thẹn, vì sự yêu thương của Đức Chúa Trời rải khắp trong lòng chúng ta bởi Đức Thánh Linh đã được ban cho chúng ta." Như đã nói, chúng ta có thể cảm nhận được tình yêu của Đức Chúa Trời qua Đức Thánh Linh trong lòng của chúng ta.

Đức Chúa Trời phán dạy chúng ta về từng đặc tính của tình yêu thuộc linh trong 1 Cô-rinh-tô 13:4-7. Con cái của Đức Chúa Trời phải học biết về những đặc tính như vậy và thực hành để họ có thể trở thành sứ giả của tình yêu thương, là những người có thể giúp những người khác cảm nhận được tình yêu thương thuộc linh.

 ## 1. Tình yêu thương hay nhịn nhục

Nếu ai đó thiếu nhịn nhục, trong số tất cả các đặc tính khác của tình yêu thuộc linh, người ấy có thể dễ dàng làm nản lòng với những người khác. Giả sử một người giám sát giao một công việc nào đó cho ai đó làm, và người đó không thực hiện đúng công việc. Vì vậy, người giám sát nhanh chóng giao công việc này cho người khác để làm cho xong. Người đầu tiên đã được giao nhiệm vụ có thể rơi vào sự thất vọng, không được giao cho cơ hội thứ hai để làm vì đã không làm tốt. Đức Chúa Trời đã đặt sự 'nhịn nhục' như là đặc tính đầu tiên của tình yêu thuộc linh vì đó là đặc tính cơ bản nhất để nuôi dưỡng tình yêu thuộc linh. Nếu chúng ta có tình yêu thương, thì chờ đợi không làm cho chúng ta cảm thấy nhàm chán.

Một khi chúng ta nhận ra được tình yêu của Đức Chúa Trời, chúng ta cố gắng chia sẻ tình yêu đó với những người xung quanh chúng ta. Đôi khi chúng ta cố gắng yêu thương người khác theo cách này, chúng ta gặp phải những phản ứng tiêu cực từ những người có thể thực sự làm tan vỡ tấm lòng của chúng ta hoặc gây ra tổn thất lớn hay làm thiệt hại cho chúng ta. Thế thì, những người đó sẽ không thấy đáng yêu nữa, và chúng ta sẽ không thể hiểu rõ họ được. Để có tình yêu thuộc linh, chúng ta cần phải nhịn nhục và yêu ngay cả những người như thế. Ngay cả khi họ vu khống cho chúng ta, ghét chúng ta, hoặc cố gắng đặt chúng ta vào trong những khó khăn mà không có lý do gì, chúng ta phải kiểm soát tâm trí của chúng ta để nhịn nhục và yêu thương họ.

Một thành viên trong hội thánh có một lần nhờ tôi cầu

nguyện cho bệnh trầm cảm của vợ anh. Anh ta cũng nói rằng anh là một kẻ say rượu và mỗi khi anh bắt đầu uống rượu anh sẽ trở thành một người hoàn toàn khác và cay nghiệt với các thành viên trong gia đình của mình. Tuy nhiên, lúc nào vợ anh cũng nhịn nhục với anh và cố gắng bao phủ lỗi lầm của anh bằng tình yêu thương. Nhưng thói quen của anh không bao giờ thay đổi, và thời gian trôi qua, anh trở thành một người nghiện rượu. Vợ anh mất hết sức sống và cô đã bị trầm cảm.

Anh đã làm cho gia đình mình phải chịu một cuộc sống khổ sở bất hạnh vì việc uống rượu của anh, nhưng anh đã đến để nhận sự cầu nguyện của tôi, vì anh vẫn còn yêu vợ mình. Sau khi nghe câu chuyện của anh, tôi nói với anh: "Nếu bạn thực sự yêu vợ mình, thì điều gì quá khó mà không thể bỏ thuốc và bỏ rượu?" Anh không nói bất cứ điều gì và có vẻ như thiếu tự tin. Tôi cảm thấy tiếc cho gia đình của anh ấy. Tôi đã cầu nguyện cho vợ của anh để được chữa lành bệnh trầm cảm, và tôi đã cầu nguyện cho anh nhận được quyền năng để bỏ thuốc và bỏ rượu. Quyền năng của Đức Chúa Trời thật lạ lùng! Anh đã có thể ngừng suy nghĩ về việc uống rượu ngay sau khi nhận được sự cầu nguyện. Trước đó không có cách nào làm anh có thể ngừng uống rượu, nhưng anh vừa bỏ được ngay sau khi cầu nguyện. Vợ anh cũng đã được chữa lành bệnh trầm cảm.

Nhịn Nhục là Khởi Đầu của Tình Yêu Thương Thuộc Linh

Để nuôi dưỡng tình yêu thuộc linh, chúng ta cần phải nhịn nhục với những người khác trong bất cứ hoàn cảnh nào. Bạn có bị khó chịu ở sự kiên nhẫn của bạn không? Hoặc, như trường hợp của người vợ trong câu chuyện ở trên, bạn có bị nản lòng nếu bạn đã nhịn nhục một thời gian dài và hoàn cảnh vẫn không thay đổi theo chiều hướng tốt hơn không? Vậy, trước khi đổ lỗi cho hoàn cảnh hay người khác, chúng ta cần phải tra xét tấm lòng của chúng ta trước. Nếu chúng ta đã hoàn toàn nuôi dưỡng tình yêu trong lòng của chúng ta, thì không có hoàn cảnh nào mà không thể nhịn nhục. Ấy là, nếu chúng ta không thể nhịn nhục, thì có nghĩa là trong lòng của chúng ta vẫn còn có sự gian ác, không chân thật, đến mức chúng ta thiếu nhịn nhục.

Để nhịn nhục được nghĩa là chúng ta phải nhịn nhục với chính chúng ta và nhịn nhục với tất cả những khó khăn mà chúng ta gặp phải khi chúng ta cố gắng bày tỏ tình yêu thương thật. Có thể có những hoàn cảnh khó khăn khi chúng ta cố gắng để yêu thương tất cả mọi người trong sự vâng phục Lời của Đức Chúa Trời, và nhịn nhục trong tình yêu thuộc linh là nhịn nhục trong mọi hoàn cảnh như vậy.

Sự nhịn nhục này khác với sự nhịn nhục của một trong chín bông trái của Thánh Linh trong Ga-la-ti 5:22-23. Khác nhau như thế nào? "Nhịn nhục" của một trong chín bông trái của Đức

Nhịn Nhục như trong Chín Bông Trái của Đức Thánh Linh	1. Cắt bỏ mọi sự không chân thật và nuôi dưỡng trong lòng bằng lẽ thật 2. Phải hiểu người khác, tìm kiếm lợi ích cho họ, và hòa bình với họ 3. Để được đáp lời cho sự cầu nguyện, sự cứu rỗi, và những điều Đức Chúa Trời đã hứa

Thánh Linh thúc giục chúng ta phải nhịn nhục mọi sự vì nước Đức Chúa Trời và sự công bình của Ngài, trong khi sự nhịn nhục của tình yêu thương thuộc linh là phải nhịn nhục để nuôi dưỡng tình yêu thương thuộc linh, và do đó sự nhịn nhục này có nghĩa hẹp và cụ thể hơn. Chúng ta có thể nói nó thuộc trong sự nhịn nhục của một trong chín bông trái của Đức Thánh Linh.

Ngày nay, người ta rất dễ dàng đưa đơn kiện lại những người khác gây thiệt hại ít nhất về tài sản hoặc phúc lợi của họ. Có nạn đưa đơn kiện nhau. Nhiều khi họ khởi kiện vợ hoặc chồng mình, hoặc thậm chí cha mẹ hoặc con cái của mình. Liệu bạn có nhịn nhục được với những người khác, cho dù người ta có thể nhạo báng bạn, nói bạn là một kẻ ngốc nghếch không. Nhưng Chúa Giê-su đã phán dạy chúng ta điều gì?

Trong Ma-thi-ơ 5:39 nói, "Song ta bảo các ngươi, đừng chống cự kẻ dữ. Trái lại, nếu ai vả má bên hữu ngươi, hãy đưa má bên kia cho họ luôn" và trong Ma-thi-ơ 5:40 "Nếu ai muốn kiện ngươi đặng lột cái áo vắn, hãy để họ lấy luôn cái áo dài nữa."

Chúa Giê-su không chỉ dạy chúng ta đừng lấy ác trả ác, nhưng phải nhịn nhục. Ngài cũng dạy chúng ta phải làm điều lành cho những kẻ làm dữ. Chúng ta có thể nghĩ xem, "Làm sao chúng ta có thể làm điều lành cho họ nếu chúng ta đang rất tức giận và bị đau đớn?" Nếu chúng ta có đức tin và tình yêu thương, chúng ta có thể làm được. Đó là đức tin trong tình yêu thương của Đức Chúa Trời, Đấng đã ban cho chúng ta chính Con độc sanh của Ngài làm của lễ chuộc tội cho chúng ta. Nếu chúng ta tin rằng chúng ta đã nhận được loại tình yêu này, thì chúng ta có thể tha thứ cho ngay cả những người đã gây đau đớn và tổn thương cho chúng ta. Nếu chúng ta yêu mến Đức Chúa Trời, Đấng đã yêu thương chúng ta đến nỗi đã ban chính Con Một của Ngài cho chúng ta, và nếu chúng ta yêu mến Chúa, Đấng đã ban sự sống của Ngài cho chúng ta, thì chúng ta sẽ có thể yêu bất cứ ai và yêu tất cả mọi người.

Nhịn Nhục Không Giới Hạn

Một số người nén sự thù ghét, giận dữ, hay nóng tính và cảm xúc tiêu cực khác đến một mức nhịn nhục nào đó và cuối cùng bùng nổ ra. Một số người sống nội tâm không dễ dàng bày tỏ chính mình nhưng chỉ chịu đau đớn ở trong lòng, và điều này dẫn đến tình trạng sức khỏe không tốt gây ra do căng thẳng quá mức. Nhịn nhục như vậy cũng giống như ấn chiếc lò xo bằng kim loại xuống dưới bàn tay của bạn. Nếu bạn bỏ tay ra, nó cũng sẽ dãn ra và bật tung lên.

Loại nhịn nhục mà Đức Chúa Trời muốn chúng ta phải nhịn nhục cho đến cuối cùng mà không có bất cứ thay đổi thái độ nào. Để chính xác hơn, nếu chúng ta có loại nhịn nhục này, thì chúng ta thậm chí sẽ không cần phải nhịn nhục với bất cứ điều gì. Chúng ta sẽ không tích trữ lòng hận thù và sự oán giận trong lòng chúng ta, mà chúng ta loại bỏ bản chất gian ác ban đầu đã gây ra những cảm giác khó chịu và biến nó thành tình yêu thương và lòng thương xót. Đây là cốt yếu của ý nghĩa thuộc linh về sự nhịn nhục. Nếu chúng ta không có bất cứ sự gian ác nào trong lòng nhưng chỉ đầy dẫy tình yêu thương thuộc linh, thì không khó để yêu ngay cả kẻ thù nghịch của chúng ta. Trong thực tế, chúng ta sẽ không cho phép bất cứ sự thù hằn nào phát triển ngay từ ban đầu.

Nếu tấm lòng của chúng ta đầy sự hận thù, tranh cãi, đố kỵ, và ghen tị, thì ngay từ đầu chúng ta sẽ thấy những điểm tiêu cực của người khác, mặc dù họ có thực sự tốt bụng. Giống như nếu bạn đang đeo kính râm thì nhìn mọi thứ đều tối hơn. Tuy nhiên, mặt khác, nếu tấm lòng của chúng ta đầy dẫy tình yêu thương, thì ngay cả những người hành động xấu cũng vẫn sẽ thấy đáng yêu. Cho dù họ có thể có những thiếu sót, nhược điểm, lỗi lầm hay yếu đuối gì, chúng ta sẽ không thù ghét họ. Thậm chí nếu họ thù ghét chúng ta và làm ác với chúng ta, chúng ta cũng sẽ không thù ghét lại với họ.

Nhịn nhục cũng ở trong tấm lòng của Chúa Giê-su, Đấng 'sẽ chẳng bẻ cây sậy đã giập, và chẳng dụt tim đèn còn hơi cháy'. Điều đó ở trong lòng của Ê-tiên, ông đã cầu nguyện cho cả những người đang ném đá ông, "Lạy Chúa, xin đừng đổ tội nầy cho họ!" (Công Vụ 7:60) Họ ném đá ông chỉ vì đã rao giảng Phúc Âm cho họ. Khó cho Chúa Giê-su để yêu thương tội nhân phải không? Không khó! Đó là vì tấm lòng của Ngài là chính lẽ thật.

Một ngày kia Phi-e-rơ đã hỏi Chúa Giê-su một câu hỏi. "Thưa Chúa, nếu anh em tôi phạm tội cùng tôi, thì sẽ tha cho họ mấy lần? Có phải đến bảy lần chăng?" Sau đó Chúa Giê-su nói: "Ta không nói cùng ngươi rằng đến bảy lần đâu, nhưng đến bảy mươi lần bảy" (câu 22).

Điều này không có nghĩa là chúng ta nên tha thứ chỉ bảy mươi lần bảy, 490 lần. Bảy trong ý nghĩa thuộc linh tượng trưng cho sự trọn vẹn. Vì vậy, để tha thứ bảy mươi lần bảy có nghĩa là sự tha thứ trọn vẹn. Chúng ta có thể cảm nhận được tình yêu vô hạn và sự tha thứ của Chúa Giê-su.

Nhịn Nhục Để Đạt Được Tình Yêu Thuộc Linh

Tất nhiên không phải dễ dàng để biến căm ghét của chúng ta thành tình yêu trong chốc lát. Chúng ta phải nhịn nhục trong một thời gian dài lâu, không ngừng nghỉ. Ê-phê-sô 4:26 nói, "Ví bằng anh em đương cơn giận, thì chớ phạm tội; chớ căm giận cho đến khi mặt trời lặn."

Ở đây 'căm giận' nói đến những người có đức tin yếu đuối. Đức Chúa Trời đang phán dạy những người mà dù cho họ có sự căm giận do thiếu đức tin, thì họ cũng không được nuôi dưỡng sự căm giận của họ cho đến khi mặt trời lặn, ấy là 'trong một thời gian dài', nhưng hãy để cho những cảm xúc đó ra khỏi mình. Trong mức độ đức tin của mỗi người, một người có thể có những cảm giác khó chịu dấy lên hay sự căm giận xuất hiện từ trong lòng mình, nếu người ấy cố gắng cắt bỏ những cảm giác đó bằng sự nhịn nhục và chịu đựng, người ấy có thể thay đổi tấm lòng của mình bằng lẽ thật và tình yêu thương thuộc linh sẽ lớn lên trong lòng người ấy từng chút một.

Vì bản chất tội lỗi đã đâm rễ sâu trong lòng của chúng ta, một người có thể cắt bỏ được bằng cách nhiệt thành cầu nguyện với sự đổ đầy của Đức Thánh Linh. Chúng ta cố gắng nhìn vào những người chúng ta không thích bằng ân huệ và bày tỏ cho họ những việc làm của sự nhân từ là điều rất quan trọng. Khi chúng ta làm điều đó, sự thù hận trong lòng của chúng ta sẽ sớm biến mất, và sau đó chúng ta sẽ có thể yêu được những người đó. Chúng ta sẽ không có những xung đột và chúng ta sẽ không còn ghét ai nữa. Chúng ta cũng sẽ có thể sống một đời sống vui vẻ như trên Thiên Đàng như Chúa nói: "Nước Đức Chúa Trời ở trong các ngươi" (Lu-ca 17:21).

Người ta nói khi họ rất hạnh phúc thì giống như họ đang ở trên Thiên Đàng. Tương tự như vậy, Nước thiên đàng ở trong lòng của bạn nói đến bạn đã cắt bỏ hết mọi sự không chân thật trong lòng và được đổ đầy bằng lẽ thật, tình yêu thương và sự nhân từ. Sau đó, bạn không phải nhịn nhục, vì bạn luôn luôn hạnh phúc và vui vẻ cũng như đầy dẫy ân điển, vì bạn yêu mọi người xung quanh bạn. Bạn càng quăng xa những sự gian ác và làm trọn những việc lành, bạn càng không phải nhịn nhục nhiều. Miễn là bạn làm trọn tình yêu thuộc linh, bạn sẽ không phải là nhịn nhục nén những cảm xúc của bạn xuống; bạn sẽ có thể nhịn nhục và bình an chờ đợi người khác thay đổi bằng tình yêu thương.

Trên Thiên Đàng không có nước mắt, không có buồn rầu, và không có đau đớn. Vì tất cả đều không có sự gian ác nhưng chỉ có lòng nhân từ và tình yêu thương ở trên Thiên Đàng, bạn sẽ không ghét bất cứ ai, không căm giận với ai hoặc là không dễ nổi nóng với bất cứ ai. Vì vậy, bạn sẽ không phải kiềm chế và kiểm soát những cảm xúc của bạn. Tất nhiên Đức Chúa Trời của chúng ta không phải nhịn nhục bất cứ điều gì vì chính Ngài là sự yêu thương. Lý do mà Kinh Thánh nói 'tình yêu thương hay nhịn nhục' là vì, là con người, chúng ta có một linh hồn và có những suy nghĩ cũng như những khuôn khổ của tư duy. Đức Chúa Trời muốn giúp cho mọi người hiểu. Bạn càng quăng xa những sự gian ác và làm trọn những việc lành, bạn càng không phải nhịn nhục nhiều.

Biến Kẻ Thù Thành Bạn Qua sự Nhịn Nhục

Abraham Lincoln, vị tổng thống thứ mười sáu của Hoa Kỳ, và

Edwin Stanton không có mối quan hệ tốt khi họ còn là những luật sư. Stanton đến từ một gia đình giàu có và đã nhận được một nền giáo dục tốt. Cha của Lincoln là một người thợ đóng giày nghèo và thậm chí ông chưa học xong bậc tiểu học. Stanton đã chế giễu Lincoln bằng những lời thô bỉ. Nhưng Lincoln không bao giờ nổi giận, và không bao giờ nói lại với ông ta bằng sự thù oán.

Sau khi Lincoln được bầu làm tổng thống, ông đã bổ nhiệm Stanton làm Bộ Trưởng Chiến Tranh, là một trong những vị trí quan trọng nhất trong nội các. Lincoln biết Stanton là người ngay thẳng. Sau đó, khi Lincoln bị bắn tại Nhà Hát của Ford, nhiều người bỏ chạy vì mạng sống của riêng mình. Nhưng Stanton đã chạy thẳng đến Lincoln. Ôm Lincoln trong tay mình và với đôi mắt đầy nước mắt, ông nói, "Ở đây có một người vĩ đại nhất thế giới đã nằm xuống. Ông là nhà lãnh đạo vĩ đại nhất trong lịch sử."

Sự nhịn nhục trong tình yêu thuộc linh có thể mang đến nhiều phép lạ để biến kẻ thù thành bạn. Ma-thi-ơ 5:45 nói, ..."hầu cho các ngươi được làm con của Cha các ngươi ở trên trời; bởi vì Ngài khiến mặt trời mọc lên soi kẻ dữ cùng kẻ lành, làm mưa cho kẻ công bình cùng kẻ độc ác."

Đức Chúa Trời nhịn nhục với ngay cả những kẻ làm ác, đợi họ một ngày nào đó thay đổi. Nếu chúng ta đối xử với những người ác bằng điều ác, có nghĩa là chúng ta cũng ác, nhưng nếu chúng ta nhịn nhục và yêu thương họ bằng cách nhìn lên Đức Chúa Trời, Đấng sẽ thưởng cho chúng ta, sau này chúng ta sẽ nhận được nơi ở đẹp trên Thiên Đàng (Thi Thiên 37:8-9).

2. Tình yêu thương hay nhân từ

Trong truyện ngụ ngôn của Aesop có một câu chuyện kể về mặt trời và gió. Một ngày kia mặt trời và gió đã đánh cược xem ai sẽ là người đầu tiên bỏ chiếc áo khoác của người đi ngang qua. Gió đi trước, đắc thắng thổi phù và sai một luồng gió đủ mạnh để lật đổ một cái cây. Người đàn ông ấy đã quấn mình chặt hơn với chiếc áo khoác của mình. Kế đến, mặt trời, mang một nụ cười trên mặt mình, nhẹ nhàng đưa ánh nắng ấm áp vào. Khi đó tiết trời trở nên ấm áp, người đàn ông ấy cảm thấy nóng và liền cởi áo khoác của mình ra.

Câu truyện này cho chúng ta một bài học rất hay. Gió đã cố gắng ép người này phải cởi áo ra, nhưng mặt trời đã làm cho người này tình nguyện cởi áo. Lòng nhân từ cũng giống như vậy. Lòng nhân từ là phải đụng chạm và giành được cảm tình của những người khác không phải bằng sức mạnh vật chất, nhưng bằng lòng tốt và tình yêu thương.

Sự Nhân Từ Tiếp Nhận Bất Cứ Loại Người Nào

Người có sự nhân từ có thể tiếp nhận bất cứ ai, và nhiều người có thể nghỉ ngơi ở bên người. Một định nghĩa trong từ điển nói về sự nhân từ là 'phẩm chất hay trạng thái nhân từ' và để có thể nhân từ thì phải có bản chất nhẫn nại. Nếu bạn suy nghĩ về một miếng bông, bạn có thể hiểu được sự nhân từ tốt hơn. Bông không gây bất cứ tiếng ồn nào ngay cả khi các vật thể khác đập vào nó. Bông chỉ ôm chặt tất cả các vật thể khác.

Ngoài ra, một người nhân từ giống như một cái cây mà nhiều người có thể nghỉ ngơi. Nếu bạn đi dưới một cái cây to vào một ngày mùa hè nóng nực để tránh ánh nắng mặt trời thiêu đốt, bạn có thể cảm thấy tốt hơn và mát hơn. Tương tự như vậy, nếu một người có lòng nhân từ, nhiều người sẽ muốn được ở bên người đó và nghỉ ngơi.

Thường thường, khi một người rất nhân từ và hòa nhã thì không tức giận với người làm phiền mình, và không khăng khăng đòi theo ý riêng mình. Nhưng dù người ấy hòa nhã và nhu mì thế nào, mà Đức Chúa Trời vẫn không nhận thấy lòng nhân từ ở trong đó, thì người ấy không thể được coi là có tính nhu mì thực sự. Có một số người vâng lời theo những người khác cũng chỉ vì bản chất của họ là yếu đuối và bảo thủ. Có những người khác thì nén sự tức giận của họ lại mặc dù tâm trí của họ rất khó chịu khi người khác làm cho họ phải chịu đau đớn. Nhưng họ không thể được coi là nhân từ. Những người không có sự gian ác, chỉ có tình yêu thương trong lòng mới tiếp nhận và chịu đựng được những người gian ác bằng sự nhu mì thuộc linh.

Đức Chúa Trời Muốn Sự Nhân Từ Thuộc Linh

Nhân từ thuộc linh là kết quả của việc đầy dẫy tình yêu thương thuộc linh không có sự gian ác. Với lòng nhân từ thuộc linh này bạn không chống lại bất cứ ai nhưng chấp nhận họ, dù cho có thể là một tên vô lại. Hơn nữa, bạn chịu đựng được vì bạn là người khôn ngoan. Nhưng chúng ta phải nhớ rằng chúng ta không thể được coi là nhân từ chỉ vì chúng ta hiểu và tha thứ vô điều kiện cho người khác và hòa nhã đối với tất cả mọi người. Chúng ta cũng phải có sự công bình, nhân phẩm và thẩm quyền để có thể hướng dẫn và ảnh hưởng đến những người khác. Vì vậy, một người có lòng nhân từ thuộc linh không chỉ là hòa nhã, nhưng còn khôn ngoan và ngay thẳng. Là một người sống một đời sống gương mẫu. Để cụ thể hơn về lòng nhân từ thuộc linh, thì còn phải có sự hiền lành bể trong và sự tiết hạnh rộng lượng ở bể ngoài. Ngay cả khi chúng ta có lòng nhân từ, không điều chi gian ác mà chỉ có sự tốt lành, nhưng nếu chúng ta chỉ có sự hòa nhã bên trong, thì một mình sự hòa nhã không làm cho chúng ta có ảnh hưởng tích cực trên những người khác. Vì vậy, khi chúng ta sở hữu không chỉ lòng nhân từ bên trong, mà còn những đặc tính bên ngoài của sự tiết hạnh rộng lượng, thì lòng nhân từ của chúng ta mới có thể được trọn vẹn và chúng ta mới có thể bày tỏ được thẩm quyền lớn hơn. Nếu chúng ta sở hữu sự rộng lượng bằng một lòng nhân từ, chúng ta có thể dành được tấm lòng của nhiều người và làm trọn được nhiều việc hơn.

Người ta có thể bày tỏ tình yêu thật với những người khác khi người ta có sự nhân từ và tốt bụng trong lòng, đầy dẫy lòng thương xót, và đức hạnh rộng lượng để có thể hướng dẫn những người khác đến con đường ngay thẳng. Sau đó, người ta có thể dẫn dắt nhiều linh hồn đến sự cứu rỗi, là con đường ngay thẳng. Sự nhân từ bên trong không thể chiếu sáng ra mà không có tiết hạnh rộng lượng bên ngoài. Bây giờ, trước tiên chúng ta hãy nhìn vào những gì chúng ta nên làm để nuôi dưỡng lòng nhân từ bên trong.

Tiêu Chuẩn Để Đo Sự Nhân Từ Bên Trong Là Sự Nên Thánh

Trước hết để làm trọn sự nhân từ, chúng ta phải thoát khỏi những điều gian ác trong lòng chúng ta và được nên thánh. Một tấm lòng nhân từ giống như bông, và thậm chí người ta có thể hành động tháo vát, không gây ồn ào mà chỉ bao phủ cho người khác. Người có tấm lòng nhân từ không có điều chi gian ác, và người ấy không có bất cứ sự xung đột nào với những người khác. Nhưng nếu chúng ta có một tấm lòng đầy sự hận thù, ghen ghét và đố kỵ hay một tấm lòng chai cứng của sự công bình riêng và những khuôn mẫu riêng cứng nhắc, thì khó cho chúng ta để bao phủ người khác.

Nếu một hòn đá rơi xuống và đập vào một hòn đá cứng khác hoặc một vật bằng kim loại cứng, nó sẽ phát ra tiếng kêu và bật trở lại. Cũng giống như vậy, nếu chính xác thịt của chúng ta vẫn sống, chúng ta sẽ bộc lộ những cảm giác khó chịu của chúng ta mặc dù những người khác gây ra chỉ hơi khó chịu một chút thôi. Khi chúng ta nhận thấy người ta là những người có những khuyết điểm về tính cách và những lỗi lầm khác, thì chúng ta có thể không bao phủ họ, không bảo vệ hay hiểu họ nhưng thay vào đó chúng ta lại phán xét, lên án, ngồi lê đôi mách và vu khống cho họ. Nghĩa là chúng ta giống như một cái bình nhỏ xíu, nó sẽ đầy tràn nếu chúng ta gắng để mọi thứ vào.

Một tấm lòng nhỏ được đổ đầy bằng nhiều thứ bẩn thỉu thì không còn chỗ nào để tiếp nhận những thứ khác nữa. Ví dụ, chúng ta có thể cảm thấy bị xúc phạm nếu người khác chỉ ra những lỗi lầm của chúng ta. Hay, khi chúng ta thấy người khác đang thì thầm to nhỏ, chúng ta có thể sẽ suy nghĩ họ đang nói về chúng ta và tự hỏi họ đang nói gì. Thậm chí chúng ta có thể phán xét người khác chỉ vì họ vừa thoáng liếc mắt qua chúng ta.

Không có gian ác trong lòng là điều kiện cơ bản để nuôi dưỡng sự nhân từ. Lý do là khi không có sự gian ác chúng ta có thể yêu mến người khác trong lòng chúng ta và chúng ta có thể thấy họ qua lòng nhân từ và tình yêu thương. Một người nhân từ lúc nào cũng nhìn người khác bằng lòng nhân từ và thương xót. Người ấy không có ý định phán xét hay lên án những người khác; người ấy chỉ cố gắng để hiểu người khác bằng tình yêu thương và sự nhân từ, thậm chí tấm lòng của những người gian ác cũng phải tan vỡ vì sự ấm áp của người.

Đặc biệt quan trọng đối với những người mà giảng dạy và hướng dẫn người khác thì phải là những người được nên thánh. Trong phạm vi mà họ có sự gian ác, họ sẽ dùng những suy nghĩ xác thịt riêng của họ. Cùng trong phạm vi ấy, họ không thể phân biệt chính xác hoàn cảnh của bầy chiên, do đó không có khả năng để dẫn dắt các linh hồn đến đồng cỏ xanh tươi và mé nước bình tịnh. Chúng ta có thể nhận được sự dẫn dắt của Đức Thánh Linh và hiểu được hoàn cảnh của bầy chiên một cách chính xác để dẫn dắt họ theo cách tốt nhất chỉ khi chúng ta được nên thánh hoàn toàn. Đức Chúa Trời cũng chỉ có thể thấy được ở những người hoàn toàn được nên thánh mới là người có lòng nhân từ thật. Người khác có những tiêu chuẩn khác về người nào là người có lòng nhân từ. Nhưng sự nhân từ trong mắt con người và sự nhân từ trong mắt Đức Chúa Trời là khác nhau.

Đức Chúa Trời Đã Thấy Lòng Nhân Từ của Môi-se

Trong Kinh Thánh, Môi-se được Đức Chúa Trời công nhận vì lòng nhân từ của ông. Chúng ta có thể thấy việc được Đức Chúa Trời công nhận quan trọng như thế nào trong Dân số ký chương 12. Có một lần anh trai của Môi-se là A-rôn và người chị của ông là Mi-ri-am đã chỉ trích Môi-se về việc kết hôn với một người phụ nữ Ê-thi-ô-bi.

Dân số ký 12:2 nói, "...Hai người nói rằng: Đức Giê-hô-va há chỉ dùng một mình Môi-se mà phán sao? Ngài há không dùng chúng ta mà phán nữa sao? Đức Giê-hô-va nghe điều đó."

Đức Chúa Trời đã nói gì về những lời họ đã nói? "Ta nói chuyện cùng người miệng đối miệng, một cách rõ ràng, không lời đố, và người thấy hình Đức Giê-hô-va. Vậy các ngươi không sợ mà nói hành kẻ tôi tớ ta, là Môi-se sao?" (Dân số ký 12:8)

Những lời phán xét Môi-se của A-rôn và Mi-ri-am đã làm Đức Chúa Trời nổi giận. Vì cớ đó Mi-ri-am mắc bệnh phung. A-rôn giống như một người phát ngôn viên của Môi-se và Mi-ri-am cũng là một trong những người lãnh đạo giáo đoàn. Nghĩ rằng họ cũng được Đức Chúa Trời yêu mến và công nhận họ, nên họ cho rằng Môi-se đã làm sai, họ liền chỉ trích ông vì điều đó.

Đức Chúa Trời không chấp nhận việc A-rôn và Mi-ri-am lên án và nói hành Môi-se theo tiêu chuẩn riêng của họ. Môi-se là loại người gì? Ông được Đức Chúa Trời công nhận là người khiêm nhường và nhu mì nhất giữa tất cả mọi người trên đất này. Ông cũng là người trung tín với cả nhà Đức Chúa Trời, và vì điều này ông được Đức Chúa Trời tin cậy nhiều đến nỗi ông thậm chí có thể nói chuyện với Đức Chúa Trời miệng đối miệng.

Nếu chúng ta nhìn vào tiến trình dân Y-sơ-ra-ên thoát khỏi Ai Cập và đi vào vùng đất Ca-na-an, chúng ta có thể hiểu được lý do tại sao Đức Chúa Trời lại đặt để Môi-se ở vị trí rất cao. Dân sự ra khỏi Ai-cập đã nhiều lần phạm tội, chống lại ý muốn của Đức Chúa Trời. Họ đã phàn nàn chống nghịch lại Môi-se và đổ lỗi cho ông ngay cả khi có những khó khăn rất nhỏ, và điều đó cũng giống như đang phàn nàn chống nghịch lại với Đức Chúa Trời. Mỗi khi họ phàn nàn, Môi-se đều cầu xin sự thương xót của Đức Chúa Trời.

Có một việc bất ngờ xảy ra đã cho thấy lòng nhân từ của Môi-se. Trong khi Môi-se lên núi Si-nai để nhận các điều răn, thì dân sự ở lại đã lập một hình tượng – một con bò vàng – và họ ăn, uống và say sưa phung phí trong lúc thờ phượng hình tượng đó. Dân Ai Cập đã thờ thần như một con bò đực và một con bò cái, và họ bắt chước thờ những thần như vậy. Đức Chúa Trời đã bày tỏ cho họ biết rằng Ngài đã ở với họ rất nhiều lần, nhưng họ không có bày tỏ bất cứ dấu hiệu nào về sự biến đổi. Cuối cùng, cơn thạnh nộ của Đức Chúa Trời đã giáng trên họ. Nhưng lúc này Môi-se đã cầu thay cho họ, đặt mạng sống của ông như sự đánh đổi: "Nhưng bây giờ xin Chúa tha tội cho họ! Bằng không, hãy xóa tên tôi khỏi sách Ngài đã chép đi" (Xuất Ê-díp-tô ký 32:32).

'Sách Ngài đã chép' nói đến sách sự sống, là sách ghi tên những người được cứu. Nếu tên của bạn bị xóa khỏi sách sự sống, thì bạn không thể được cứu. Điều đó không chỉ có nghĩa là bạn không nhận được sự cứu rỗi, mà còn có nghĩa là bạn phải chịu khổ trong Địa Ngục đời đời. Môi-se hiểu rất rõ về sự sống sau khi chết, nhưng ông muốn cứu dân sự cho dù ông phải bỏ sự cứu rỗi của ông cho họ. Tấm lòng của Môi-se như vậy rất giống với tấm lòng của Đức Chúa Trời, Đấng không muốn bất cứ ai bị hư mất.

Môi-se đã Nuôi Dưỡng sự Nhân Từ qua những Thử Thách

Tất nhiên, ban đầu Môi-se không có sự nhân từ như vậy. Mặc dù ông là một người Hê-bơ-rơ nhưng ông được nuôi dưỡng như một con trai của công chúa Ai Cập và không thiếu thứ gì. Ông đã nhận được một nền giáo dục ở trình độ tri thức cao nhất và những kỹ năng chiến đấu của người Ai Cập. Ông cũng có sự kiêu ngạo và công bình riêng. Một ngày kia, ông thấy một người Ai Cập đánh một người Hê-bơ-rơ và bởi sự công bình riêng của mình, ông đã giết người Ai Cập này.

Bởi vì điều này, ông đã phải bỏ trốn trong đêm đó. May mắn thay, ông trở thành một người chăn chiên ở vùng hoang dã với sự giúp đỡ của một thầy tế lễ Mi-đi-an, nhưng ông đã mất tất cả mọi thứ. Chăm sóc bầy chiên là một việc gì đó mà người Ai Cập xem là rất thấp hèn. Bốn mươi năm qua, ông đã phải làm những gì ông đã từng khinh miệt. Trong lúc ấy ông đã hoàn toàn hạ mình xuống, nhận ra nhiều điều về tình yêu của Đức Chúa Trời và sự sống.

Đức Chúa Trời không gọi Môi-se là hoàng tử của Ai Cập, để trở thành người lãnh đạo dẫn dắt dân Y-sơ-ra-ên. Đức Chúa Trời đã gọi Môi-se người chăn bầy là người đã hạ mình xuống nhiều lần để trở thành người được Đức Chúa Trời kêu gọi. Ông đã hoàn toàn hạ mình xuống và cắt bỏ mọi điều gian ác ra khỏi lòng mình qua những thử thách, và vì lý do này ông đã có thể dẫn dắt hơn 600.000 người ra khỏi Ai Cập và vào xứ Ca-na-an.

Vì vậy, điều quan trọng trong việc nuôi dưỡng lòng nhân từ là chúng ta phải nuôi dưỡng nhân đức và tình yêu thương bằng cách hạ mình xuống trước Đức Chúa Trời trong những thử thách được cho phép xảy ra để chúng ta trải nghiệm. Mức độ khiêm nhường của chúng ta cũng tạo nên mức độ nhân từ của chúng ta khác nhau. Nếu chúng ta đã thỏa lòng với tình trạng hiện tại của chúng ta, cho rằng chúng ta đã nuôi dưỡng lẽ thật đến một số chừng mực và chúng ta đã được những người khác công nhận như trong trường hợp của A-rôn và Mi-ri-am, thì chúng ta sẽ chỉ trở nên kiêu ngạo hơn mà thôi.

Tiết Hạnh Rộng Lượng Làm Cho Hoàn Hảo sự Nhân Từ Thuộc Linh

Để nuôi dưỡng sự nhân từ thuộc linh chúng ta không chỉ phải nên thánh bằng cách cắt bỏ mọi hình thức gian ác, nhưng chúng ta cũng phải nuôi dưỡng tiết hạnh rộng lượng. Tiết hạnh rộng lượng là phải hiểu rộng về người khác, và chấp nhận người khác cách công bình; phải làm đúng theo những bổn phận của con người; và phải có tính cách này để cho những người khác vâng phục và dâng tấm lòng của họ, bằng cách hiểu được những thiếu sót của họ và chấp nhận họ, chứ không phải bằng quyền lực vật chất. Những người như này có tình yêu thương để truyền sự tự tin và tin cậy vào người khác.

Tiết hạnh rộng lượng giống như trang phục người ta mặc. Dù trong thâm tâm có tốt như thế nào, nhưng nếu chúng ta trần truồng, chúng ta sẽ bị người khác khinh thường. Cũng giống như vậy, cho dù chúng ta tốt bụng như thế nào, thì thực sự chúng ta cũng không thể bày tỏ giá trị về sự nhân từ của chúng ta trừ khi chúng ta có tiết hạnh rộng lượng này. Ví dụ, một người bề trong tốt bụng, nhưng ông nói nhiều điều không cần thiết khi ông nói chuyện với người khác. Một người như vậy không có ý định xấu gì, nhưng thực sự không thể giành được lòng tin của người khác vì người ấy thực sự nhìn không có tư cách hay không được giáo dục đúng. Một số người thì không có bất cứ cảm giác khó chịu nào vì họ tử tế, và họ không làm hại người khác. Nhưng nếu họ không tích cực giúp đỡ những người khác hay sốt sắng chăm sóc người khác, thì cũng khó cho họ để giành được trái tim của nhiều người.

Hoa không có sắc màu đẹp hay hương thơm ngào ngạt thì không thể thu hút bất cứ con ong hay con bướm nào đến, ngay cả khi chúng có rất nhiều mật hoa. Tương tự như vậy, cho dù chúng ta tử tế và chúng ta có thể đưa luôn má bên kia cho người ta và nếu người ta vả má bên này của chúng ta, thì sự nhân từ của chúng ta thực sự không thể chiếu sáng trừ khi chúng ta có tiết hạnh rộng lượng trong lời nói và hành động của chúng ta. Sự nhân từ thật được làm trọn và có thể bày tỏ giá trị thật của nó chỉ khi sự nhân từ bên trong mặc lớp áo tiết hạnh rộng lượng bên ngoài.

Giô-sép đã có tiết hạnh rộng lượng. Ông là con trai thứ mười một của Gia-cốp, cha của cả Y-sơ-ra-ên. Ông bị các anh của mình ghét và bán đi làm nô lệ ở Ai Cập ngay ở độ tuổi còn rất trẻ. Nhưng nhờ sự vùa giúp của Đức Chúa Trời ông trở thành Tể Tướng của Ai Cập ở tuổi ba mươi. Ai Cập vào thời điểm đó là một quốc gia rất mạnh ở giữa sông Nile. Đó là một trong bốn 'cái nôi chính của nền văn minh'. Các nhà lãnh đạo và dân sự đều tự lấy làm hãnh diện, và là một người nước ngoài thật không dễ để trở thành Tể Tướng. Nếu ông có bất cứ một lỗi lầm nào, ông sẽ phải từ chức ngay lập tức.

Tuy nhiên, ngay cả trong một hoàn cảnh như vậy, Giô-sép đã cai trị Ai Cập rất tốt và rất khôn ngoan. Ông tốt bụng và khiêm nhường, ông không có vi phạm nào trong lời nói và hành động của mình. Ông cũng đã có sự khôn ngoan và phẩm giá như một người cai trị. Ông có quyền lực, chỉ đứng thứ hai sau vua, nhưng ông đã không cố gắng để thống trị dân sự hoặc khoe khoang bản thân mình. Ông nghiêm khắc với chính mình, nhưng lại rộng lượng và hòa nhã với những người khác. Do đó vua và các tướng khác không phải dè dặt và thận trọng băn khoăn về ông hay là ghen tị với ông; họ hoàn toàn đặt sự tin cậy vào ông. Chúng ta có thể suy ra thực tế này bằng cách xem xét cách những người Ai Cập nồng nhiệt chào đón gia đình của Giô-sép, những người từ Ca-na-an chuyển đến Ai Cập để thoát khỏi nạn đói.

Sự Nhân Từ Của Giô-sép Đi Cùng Với Tiết Hạnh Rộng Lượng

Nếu một người có tiết hạnh rộng lượng này, điều đó có nghĩa là người ấy có một tấm lòng phóng khoáng, và sẽ không phán xét và lên án những người khác bằng những tiêu chuẩn của riêng mình mặc dù người ấy ngay thẳng trong lời nói và trong các việc làm của mình. Đặc tính này của Giô-sép được miêu tả rõ ràng khi các anh của Giô-sép, là những người đã bán ông đi làm nô lệ ở Ai Cập, đã đến Ai Cập để có thức ăn.

Lúc đầu, các anh của ông không nhận ra Giô-sép. Khá dễ hiểu vì họ đã không nhìn thấy ông trong suốt hơn hai mươi năm. Hơn nữa, họ cũng không có thể tưởng tượng được rằng Giô-sép đã trở thành Tể Tướng Ai Cập. Bây giờ, Giô-sép cảm thấy gì khi ông thấy các anh trai của mình, là những người gần giết ông và cuối cùng đã bán ông làm nô lệ ở Ai Cập? Ông có sức mạnh để làm cho họ phải trả giá cho tội lỗi của họ. Nhưng Giô-sép đã không muốn trả thù. Ông đã giấu danh tính của mình và thử họ một vài lần để xem tấm lòng của họ còn giống như trước nữa không.

Giô-sép thực sự đang cho họ một cơ hội để ăn năn tội lỗi của mình trước Đức Chúa Trời, vì tội lên kế hoạch giết và bán em ruột mình đi làm nô lệ ở một đất nước khác không phải là một chuyện nhỏ. Ông cũng không tha thứ hay sửa phạt họ một cách bừa bãi, nhưng ông đã dẫn dắt mọi tình huống theo một cách mà các anh của ông có thể ăn năn tội lỗi của họ. Cuối cùng, chỉ sau khi các anh của ông nhớ lại những lỗi lầm của họ và hối hận, thì Giô-sép mới tiết lộ danh tính của mình.

Vào lúc đó, các anh của ông trở nên sợ hãi. Mạng sống của họ đều đang nằm trong tay của em mình Giô-sép, người bây giờ là Tể Tướng của Ai Cập, một quốc gia mạnh nhất trên thế giới vào thời điểm đó. Nhưng Giô-sép đã không muốn hỏi họ tại sao họ đã làm những gì họ đã làm. Ông đã không đe dọa họ bằng cách nói, "Bây giờ các anh sẽ phải trả giá cho tội lỗi của mình." Nhưng thay vào đó ông đã cố gắng yên ủi họ và để tâm trí của họ được thanh thản. "Bây giờ, đừng sầu não và cũng đừng tiếc chi về điều các anh đã bán tôi đặng bị dẫn đến xứ nầy; vì để giữ gìn sự sống các anh, nên Đức Chúa Trời đã sai tôi đến đây trước các anh" (Sáng thế ký 45:5).

Ông đã nhận thấy sự thật là tất cả mọi sự đều nằm trong kế hoạch của Đức Chúa Trời. Giô-sép đã không chỉ tha thứ cho các anh mình mà ông còn yên ủi tấm lòng của họ bằng những lời cảm động, hoàn toàn hiểu biết họ. Có nghĩa là Giô-sép đã bày tỏ hành động mà có thể cảm động ngay cả kẻ thù, đó là tiết hạnh rộng lượng bên ngoài. Lòng nhân từ của Giô-sép đi cùng với tiết hạnh rộng lượng là một nguồn năng lượng để cứu rất nhiều đời sống trong và xung quanh Ai Cập và cơ bản là để thực hiện kế hoạch tuyệt vời của Đức Chúa Trời. Như đã giải thích rất nhiều, tiết hạnh rộng lượng là sự bày tỏ bên ngoài của sự nhân từ bên trong, và đức tính này có thể giành được trái tim của nhiều người và bày tỏ được quyền năng lớn lao.

Nên Thánh Cần Thiết Phải có Tiết Hạnh Rộng Lượng

Cũng như sự nhân từ bên trong có thể đạt được qua sự nên thánh, tiết hạnh rộng lượng cũng có thể được nuôi dưỡng khi chúng ta cắt bỏ sự gian ác để được nên thánh. Tất nhiên, ngay cả khi người ta không được nên thánh, người ta cũng có thể bày tỏ những hành động tiết hạnh và rộng lượng đến chừng mực nào đó qua giáo dục hoặc vì người ấy được sinh ra với lòng phóng khoáng. Nhưng tiết hạnh rộng lượng thật xuất phát từ trong lòng, nơi không có sự gian ác mà chỉ có lẽ thật. Nếu chúng ta muốn nuôi dưỡng tiết hạnh rộng lượng trọn vẹn, mà chỉ nhổ những cái rễ chính của sự gian ác trong lòng chúng ta không thôi chưa đủ. Chúng ta phải cắt bỏ ngay cả các dấu vết của sự gian ác (1 Tê-sa-lô-ni-ca 5:22).

Trích dẫn từ Ma-thi-ơ 5:48, "Thế thì các ngươi hãy nên trọn vẹn, như Cha các ngươi ở trên trời là trọn vẹn." Khi chúng ta đã vứt bỏ tất cả mọi điều ác trong lòng và cũng không có vi phạm nào trong lời nói, việc làm, và thái độ, chúng ta có thể nuôi dưỡng nhân đức để nhiều người có thể nghỉ ngơi trong chúng ta. Vì lý do này, chúng ta không phải được nên thánh khi cuối cùng chúng ta đã đạt đến mức độ chúng ta đã cắt bỏ được những điều gian ác như hận thù, ghen ghét, đố kỵ, kiêu ngạo và tính nóng nảy. Chúng ta cũng phải bỏ đi ngay cả các việc xấu của thân thể và bày tỏ những việc làm của lẽ thật qua Lời Đức Chúa Trời, sốt sắng cầu nguyện, và bằng cách nhận sự dẫn dắt của Đức Thánh Linh.

Các việc xấu của thân thể là gì? Rô-ma 8:13 nói, "... nếu anh em sống theo xác thịt thì phải chết; song nếu nhờ Thánh Linh, làm cho chết các việc của thân thể, thì anh em sẽ sống."

Cơ thể ở đây không chỉ đơn giản là nói đến cơ thể vật lý của chúng ta. Cơ thể vật lý nói đến cơ thể của con người sau khi lẽ thật đã ra khỏi người ấy. Vì thế, các việc của thân thể nói đến những việc làm xuất phát từ sự không chân thật mà đã đầy dẫy trong nhân loại, đã biến thành xác thịt. Các việc của thân thể bao gồm không chỉ những tội lỗi rõ ràng mà còn bao gồm tất cả các loại việc làm và hành động không trọn vẹn.

Tôi đã có một kinh nghiệm đặc biệt trong quá khứ. Mỗi khi tôi chạm vào bất cứ vật thể nào, tôi đều cảm thấy như tôi bị điện giật và lần nào tôi cũng bị co giật. Tôi trở nên sợ chạm vào bất cứ vật thể nào. Đương nhiên, về sau bất cứ khi nào tôi chạm vào vật thể nào, tôi đều đã có một tinh thần cầu nguyện kêu cầu Chúa. Tôi không còn có cảm giác như vậy vì khi tôi chạm vào các vật thể tôi đã rất cẩn thận. Khi mở cửa, tôi đã nắm các núm cửa rất nhẹ nhàng. Tôi đã phải rất cẩn thận, ngay cả khi tôi bắt tay với các thành viên trong hội thánh. Hiện tượng như vậy đã diễn ra trong nhiều tháng, và tất cả mọi hành vi của tôi đã trở nên rất thận trọng và nhẹ nhàng. Sau đó tôi nhận ra rằng Đức Chúa Trời đã làm cho các việc của thân thể tôi trọn vẹn qua những kinh nghiệm như vậy.

Có thể được coi là bình thường, nhưng cách cư xử của một người rất là quan trọng. Một số người có thói quen giao tiếp vật lý với những người khác khi họ cười hay nói chuyện với những người bên cạnh họ. Một số nói rất to bất chấp thời gian, địa điểm và gây khó chịu cho người khác. Những hành động này không phải là những lỗi lầm lớn, nhưng chúng vẫn là những việc làm xấu của thân thể không trọn vẹn. Vậy nên, những người có tiết hạnh rộng lượng có những hành vi ngay thẳng trong đời sống hàng ngày của họ, và nhiều người sẽ muốn tìm sự nghỉ ngơi ở trong họ.

Thay Đổi Tính Cách của Tấm Lòng

Kế đến, chúng ta phải nuôi dưỡng tính cách trong lòng của chúng ta để có được tiết hạnh rộng lượng. Những tính cách trong lòng chúng ta nói đến kích thước của tấm lòng. Theo tính cách tấm lòng của mỗi người, một số người làm nhiều hơn những gì được mong đợi, trong khi một số người khác thì chỉ làm những việc đã giao cho họ hoặc làm ít hơn một chút. Người có tiết hạnh rộng lượng có tính cách lớn lao và rộng rãi trong lòng, nên người ấy không chỉ chăm nom đến những vấn đề cá nhân riêng, nhưng người ấy còn chăm nom đến những người khác.

Phi-líp 2:4 nói, "Mỗi một người trong anh em chớ chăm về lợi riêng mình, nhưng phải chăm về lợi kẻ khác nữa." Tính cách của tấm lòng có thể trở nên khác tùy theo chúng ta mở rộng lòng của chúng ta trong mọi hoàn cảnh được bao nhiêu, để chúng ta có thể thay đổi nó qua những nỗ lực tiếp theo. Nếu chúng ta nôn nóng chúng ta sẽ chỉ tìm những lợi ích cá nhân của riêng chúng ta, chúng ta nên cầu nguyện một cách chi tiết và thay đổi tâm trí hẹp hòi nhỏ nhen của mình thành một người rộng rãi đó là quan tâm đến lợi ích và hoàn cảnh của người khác trước.

Cho đến khi ông bị bán làm nô lệ ở Ai Cập, Giô-sép được nuôi dưỡng như cây với hoa được trồng trong nhà kính. Ông không thể chăm sóc mọi việc trong nhà hay không thể đo được tấm lòng và hoàn cảnh của những người anh, là những người không được cha của họ yêu thương. Tuy nhiên, qua rất nhiều thử thách khác nhau, ông đã có tấm lòng biết quan sát và trông nom mọi góc của môi trường xung quanh mình, và ông đã học được cách làm thế nào để quan tâm đến tấm lòng của người khác.

Đức Chúa Trời cho lòng của Giô-sép rộng rãi để chuẩn bị cho thời điểm Giô-sép sẽ trở thành Tể Tướng của Ai Cập. Nếu chúng ta làm trọn được tính cách này trong lòng cùng với sự nhân từ và một tấm lòng trọn vẹn, chúng ta cũng có thể quản lý và chăm nom một tổ chức lớn. Đó là đức tính người lãnh đạo phải có.

Những Phước Hạnh Cho Sự Nhân Từ

Những loại phước hạnh sẽ ban cho những người đã làm trọn sự nhân từ bằng việc bỏ đi những sự gian ác trong lòng và nuôi dưỡng tiết hạnh rộng lượng bên ngoài là gì? Như đã nói trong

Ma-thi-ơ 5:5, "Phước cho những kẻ nhu mì, vì sẽ hưởng được đất." và trong Thi Thiên 37:11, "Song người hiền từ sẽ nhận được đất làm cơ nghiệp, Và được khoái lạc về bình yên dư dật." Họ có thể hưởng đất. Đất ở đây tượng trưng cho nơi cư ngụ ở nước thiên đàng, và hưởng đất nghĩa là "hưởng năng quyền lớn ở Thiên Đàng trong tương lai."

Tại sao họ sẽ được hưởng quyền năng lớn ở Thiên Đàng? Một người nhân đức làm mạnh mẽ các linh hồn khác bằng tấm lòng của Đức Chúa Cha và đụng chạm tấm lòng của họ. Người càng hòa nhã càng có nhiều linh hồn sẽ nghỉ ngơi trong họ và người ấy sẽ hướng dẫn họ đến sự cứu rỗi. Nếu chúng ta có thể trở thành một người vĩ đại mà nhiều người tìm đến để nghỉ ngơi, nghĩa là chúng ta đã phục vụ những người khác đến một mức độ lớn. Uy quyền của Thiên Đàng sẽ ban cho những người phục vụ. Ma-thi-ơ 23:11 nói, "Song ai lớn hơn hết trong các ngươi, thì sẽ làm đầy tớ các ngươi."

Do đó, một người hòa nhã sẽ có thể vui hưởng quyền năng lớn và hưởng đất rộng rãi bao la là nơi cư ngụ khi người ấy đến Thiên Đàng. Trên thế gian này thì những người có quyền lực lớn, giàu có, nổi tiếng và uy quyền, được nhiều người theo. Nhưng nếu họ mất tất cả mọi thứ họ đã có, họ sẽ mất hầu hết uy quyền của mình, và nhiều người đã từng theo họ cũng sẽ bỏ họ. Uy quyền thuộc linh thì theo một người nhân từ khác với uy quyền của thế gian này, Điều đó không biến mất cũng không thay đổi. Ở trên đất này, linh hồn của người thịnh vượng, người thành công trong mọi sự. Cũng vậy, ở trên Thiên Đàng người sẽ được Đức Chúa Trời mãi mãi yêu mến và được vô số linh hồn tôn trọng người.

3. Tình yêu thương chẳng ghen tị

Một số học sinh xuất sắc soạn lại và thu thập những ghi chú của họ về những câu hỏi họ đã thiếu trong các bài thi. Họ kiểm tra xem lý do tại sao họ không làm đúng được những câu hỏi đó và hiểu kỹ lưỡng vấn đề trước khi học tiếp. Họ nói phương pháp này rất hiệu quả cho việc nghiên cứu vấn đề mà họ nhận thấy khó làm trong thời gian ngắn hơn. Phương pháp này tương tự cũng có thể được áp dụng khi nuôi dưỡng tình yêu thuộc linh. Nếu chúng ta xem xét những hành động và lời nói của chúng ta một cách chi tiết và bỏ đi từng thiếu sót, Chúng ta hãy nhìn vào đặc tính tiếp theo của tình yêu thuộc linh – 'Tình yêu thương không ghen tị'.

Ghen xảy ra khi có một cảm giác cay đắng ghen tuông, sự bất hạnh phát triển quá chừng và phạm các hành động gian ác chống nghịch người khác. Nếu chúng ta có một cảm giác ghen tị và đố kỵ trong tâm trí của chúng ta, chúng ta sẽ có sự khó chịu khi chúng ta thấy người khác bình luận hay thiên vị. Nếu chúng ta thấy một người hiểu biết hơn, phong phú hơn và giỏi hơn chúng ta, hoặc nếu một trong những đồng nghiệp của chúng ta trở nên thịnh vượng và được nhiều sự quí mến từ mọi người, chúng ta có thể cảm thấy ghen tị. Đôi khi chúng ta có thể ghét người đó, muốn lừa người ấy mọi thứ người ấy có và chà đạp lên tất cả mọi thứ của người ấy.

Mặt khác, chúng ta có thể cảm thấy có những suy nghĩ chán nản, "Anh ấy được mọi người ưa chuộng, còn tôi là gì chứ? Tôi chẳng có gì!" Nói cách khác, chúng ta cảm thấy chán nản vì chúng ta so sánh mình với người khác. Khi chúng ta cảm thấy chán nản, một số người trong chúng ta có thể nghĩ đó không phải là ghen tị.

Nhưng, tình yêu thương vui với lẽ thật. Nói cách khác, nếu chúng ta nản lòng và quở trách chính mình, hoặc không vui với lẽ thật, là bởi vì cái tôi hay 'bản thân' của chúng ta vẫn còn sống. Vì 'cái tôi' của chúng ta vẫn còn sống, sự kiêu ngạo của chúng ta bị tổn thương khi chúng ta cảm thấy chúng ta kém hơn những người khác.

Khi tư tưởng đố kỵ phát triển thì sau đó sẽ có những lời nói và hành động gian ác, đó là sự ghen tị mà Chương Tình Yêu Thương đang nói đến. Nếu sự ghen tị phát triển thành trạng thái dữ dội, người đó có thể làm hại hoặc thậm chí giết người khác. Ghen ghét là sự biểu lộ bên ngoài của lòng gian ác và thô tục, và do đó khó cho những người hay ghen tị nhận được sự cứu rỗi (Ga-la-ti 5:19-21). Vì ghen tị là một việc hiển nhiên của xác thịt, là tội lỗi rõ ràng đã phạm bên ngoài. Ghen tị có thể được phân loại thành nhiều loại.

Ghen Tương Trong Mối Quan Hệ Lãng Mạn

Ghen tương bị xúi giục hành động khi một người ở trong một mối quan hệ mong muốn nhận được nhiều tình yêu và sự quí mến từ người khác hơn anh/chị ấy đang nhận. Ví dụ, hai người vợ của Gia-cốp, Lê-a và Ra-chên, ghen tị với nhau và người nào cũng muốn được Gia-cốp yêu mến mình hơn. Lê-a và Ra-chên là chị em, cả hai đều là con gái của La-ban, cậu của Gia-cốp.

Gia-cốp đã cưới Lê-a như là kết quả của sự lừa gạt, mà cậu của ông là La-ban đã bất chấp những ao ước của ông. Gia-cốp thực sự yêu em gái của Lê-a, Ra-chên, và đã lấy được cô làm vợ sau 14 năm phục vụ cho nhà cậu. Ngay từ đầu Gia-cốp đã yêu Ra-chên nhiều hơn Lê-a. Nhưng Lê-a đã sinh được bốn người con trong khi

Ra-chên không thể sinh được người nào.

Vào thời điểm đó thật đáng xấu hổ cho người phụ nữ không có con, và Ra-chên liên tục ghen với chị gái mình là Lê-a. Cô đã bị mù quáng vì sự ghen ghét của mình đến nỗi cô cũng bực bội cay nghiệt với chồng mình là Gia-cốp (Sáng thế ký 30:1).

Cả Ra-chên và Lê-a đều cho người hầu gái riêng của mình đến với Gia-cốp như là vợ lẽ để độc quyền chiếm lấy tình cảm của ông. Nếu họ đã nuôi dưỡng dù chỉ là một chút tình yêu thương thật sự trong lòng của họ, họ có thể đã vui mừng khi người kia được chồng của họ yêu mến hơn. Ghen ghét đã làm cho cả Lê-a, Ra-chên, và Gia-cốp – bất hạnh. Hơn nữa, điều đó cũng ảnh hưởng đến con cái của họ.

Ghen Tị Khi Hoàn Cảnh Của những Người Khác May Mắn Hơn

Khía cạnh của sự ghen tị đối với mỗi cá nhân đều khác nhau tùy theo giá trị của mỗi cuộc sống. Nhưng thường thì khi người khác giàu hơn, hiểu biết hơn, và giỏi hơn chúng ta hay khi người khác được quí mến và yêu thương hơn, chúng ta có thể trở nên ghen tị. Không khó để nhận ra chính mình trong những tình huống ghen ghét ở trường học, ở nơi làm việc, và ở nhà khi sự ghen ghét xuất phát từ cảm giác người khác tốt hơn chúng ta. Khi người khác có những sự tiến lên hiện thời và thịnh vượng hơn chúng ta, chúng ta có thể ghét và nói xấu người khác. Chúng ta có thể sẽ nghĩ chúng ta phải chà đạp lên người khác để được thịnh vượng và được yêu chuộng hơn.

Thí dụ, một số người tiết lộ những lỗi lầm và thiếu sót của người khác tại nơi làm việc và khiến cho họ bị nghi ngờ cách phi lý và bị những người lớn tuổi hơn theo dõi vì họ muốn trở thành người được thăng tiến trong công ty của họ. Ngay cả các sinh viên thì điều này cũng không phải là ngoại lệ. Một số sinh viên làm phiền những sinh viên mà nổi trội trong học tập, hoặc bắt nạt những sinh viên mà được các thầy cô giáo quí mến. Ở nhà, con cái vu oan và cãi nhau với anh chị em mình để giành được sự công nhận và ưu ái của cha mẹ nhiều hơn. Những người khác làm điều đó bởi vì họ muốn thừa hưởng của cải từ cha mẹ nhiều hơn.

Đó là trường hợp của Ca-in, kẻ giết người đầu tiên trong lịch sử nhân loại. Đức Chúa Trời đã chỉ nhận của lễ của A-bên. Ca-in cảm thấy bị coi thường và sự ghen ghét của ông ngày càng cháy bỏng trong ông. Cuối cùng ông đã giết chết em trai của mình A-bên. Ông phải đã nghe cha mẹ ông, A-đam và Ê-va nói nhiều lần về của tế lễ bằng huyết của con sinh tế, và đã phải hiểu rất rõ về điều đó. "Theo luật pháp thì hầu hết mọi vật đều nhờ huyết mà được sạch: không đổ huyết thì không có sự tha thứ" (Hê-bơ-rơ 9:22).

Tuy nhiên, ông chỉ dâng các của lễ của mùa màng mà ông đã trồng được. Ngược lại, A-bên đã dâng con chiên đầu lòng bằng cả tấm lòng của ông theo ý muốn của Đức Chúa Trời. Một số người có thể nói là không khó cho A-bên để dâng một con chiên vì ông là người chăn chiên, nhưng không phải như thế. Ông đã học biết được ý muốn của Đức Chúa Trời từ cha mẹ của mình và ông muốn làm theo ý muốn của Đức Chúa Trời. Vì lý do này Đức Chúa Trời chỉ nhận của lễ của A-bên. Ca-in trở nên ghen ghét với em mình mà không tính đến việc hối tiếc về lỗi lầm của mình. Mỗi khi điều đó lóe lên, thì ngọn lửa của sự ghen ghét ở trong Ca-in không thể dập tắt được, và cuối cùng ông đã giết em mình là A-bên. A-đam và Ê-va đã phải đau đớn như thế nào vì điều này!

Ghen Tị Giữa Anh Em Trong Đức Tin

Một số tín hữu ghen tị với anh chị em khác trong đức tin, là những người đi trước họ trong sự trật tự, vị trí, đức tin, hay sự trung tín với Đức Chúa Trời. Một hiện tượng như vậy thường xảy ra khi người khác giống họ về tuổi tác, địa vị, và cùng bề dài những năm là tín hữu trong Chúa, hoặc là khi họ biết rõ về người khác.

Như trong Ma-thi-ơ 19:30 nói, "Song có nhiều kẻ ở đầu sẽ nên rốt, và nhiều kẻ ở rốt sẽ nên đầu." đôi khi có những người kém chúng ta về tuổi đức tin trong Chúa, kém về tuổi tác và chức danh trong Chúa lại có thể ở đằng đầu. Vì thế, chúng ta có thể rất dễ ghen ghét với họ. Sự ghen ghét như vậy không chỉ tồn tại giữa các tín hữu trong cùng một hội thánh. Điều đó có thể xảy ra giữa các mục sư và các thành viên trong hội thánh, giữa các hội thánh, hoặc thậm chí giữa các tổ chức Cơ-đốc-nhân khác nhau. Khi một người hay một tổ chức dâng sự vinh hiển cho Đức Chúa Trời, tất cả phải cùng nhau vui mừng, nhưng họ lại nói xấu những tổ chức khác như là dị giáo để hạ thấp danh tiếng của những người khác hoặc những tổ chức khác. Các bậc cha mẹ sẽ cảm thấy như thế nào nếu con cái của họ đang cãi nhau và thù ghét nhau? Cho dù con cái của họ có cho họ thức ăn ngon và những thứ tốt đẹp, thì họ cũng sẽ không vui. Và nếu các tín hữu cùng là con cái của Đức Chúa Trời lại tranh chiến và cãi nhau, hoặc nếu có sự ghen ghét giữa vòng các hội thánh, thì điều đó sẽ chỉ làm Chúa thêm đau lòng mà thôi.

Ghen Ghét của Sau-lơ Chống Nghịch Lại Đa-vít

Sau-lơ là vị vua đầu tiên của Y-sơ-ra-ên. Ông đã phí phạm cuộc đời mình vì ghen ghét với Đa-vít. Đối với Sau-lơ, Đa-vít giống như một hiệp sĩ trong bộ áo giáp tỏa sáng đã cứu đất nước của mình. Khi tinh thần của những người lính đi xuống vì sự hăm dọa của Gô-li-át người Phi-li-tin, Đa-vít đã làm rạng rỡ lên trong chốc lát và hạ gục được tên khổng lồ Phi-li-tin bằng một cái tràng. Hành động đơn giản này đã mang chiến thắng về cho dân Y-sơ-ra-ên. Kể từ đó, Đa-vít đã thực hiện nhiều nhiệm vụ đáng khen trong việc bảo vệ đất nước khỏi các cuộc tấn công của Phi-li-tin. Nan đề giữa Sau-lơ và Đa-vít xuất hiện vào thời điểm này. Sau-lơ nghe đám đông múa hát chào mừng Đa-vít trở về với chiến thắng trong trận chiến đã khiến ông lo âu. Họ múa hát đối nhau rằng "Sau-lơ giết hàng ngàn, Còn Đa-vít giết hàng vạn!" (1 Sa-mu-ên 18:7)

Sau-lơ đã rất khó chịu và ông suy nghĩ, "Làm sao họ có thể so sánh ta với Đa-vít? Cậu ta chẳng là gì, chỉ là một cậu bé chăn chiên!"

Sự tức giận của ông càng gia tăng khi ông tiếp tục suy nghĩ về những lời nhận xét của đám đông. Ông không nghĩ mọi người ca ngợi Đa-vít rất nhiều là đúng, và từ đó ông có vẻ nghi ngờ các hành động của Đa-vít. Sau-lơ có lẽ nghĩ rằng Đa-vít đã hành động theo cách mua chuộc tấm lòng của mọi người. Bây giờ, mũi tên của sự tức giận của Sau-lơ đang chỉ vào Đa-vít. Ông suy nghĩ: 'Nếu Đa-vít đã chiếm được tấm lòng của mọi người, thì sự nổi loạn chỉ còn là vấn đề thời gian!'

Khi những suy nghĩ của ông ngày càng trở nên cường điệu quá mức, Sau-lơ tìm cơ hội để giết Đa-vít. Một lần kia, Sau-lơ bị ác linh nhập vào và Đa-vít đã chơi đàn cho ông. Sau-lơ nắm lấy cơ hội và liền phóng cây giáo của mình vào Đa-vít. May mắn thay Đa-vít đã tránh được và trốn thoát. Nhưng Sau-lơ đã không từ bỏ những nỗ lực của mình để giết Đa-vít. Ông đã tiếp tục đuổi theo Đa-vít cùng với đội quân của ông.

Bất chấp tất cả những điều này, Đa-vít không hề muốn làm hại Sau-lơ vì vua đã được Đức Chúa Trời xức dầu, và Vua Sau-lơ biết điều đó. Nhưng ngọn lửa của lòng ganh ghét trong Sau-lơ đã bốc cháy không nguội được. Sau-lơ liên tục bị những tư tưởng lo âu phát sinh từ sự ganh ghét của mình. Cho đến khi ông bị giết chết trong một trận chiến với dân Phi-li-tin, Sau-lơ đã không còn vì sự ganh ghét của ông với Đa-vít.

Những Người Đã Ganh Ghét với Môi-se

Trong Dân số ký 16, chúng ta đọc thấy Cô-rê, Đa-than, và A-bi-ram. Cô-rê là một người Lê-vi, Đa-than và A-bi-ram thuộc chi phái Ru-bên. Họ đã giữ những sự hận thù với Môi-se và A-rôn. Họ phẫn uất với sự thật Môi-se là một hoàng tử của Ai Cập và bây giờ ông đã cầm quyền trên họ mặc dù ông đã từng là một kẻ chạy trốn và là một kẻ chăn chiên ở Ma-đi-an. Trong một góc độ khác thì chính họ muốn trở thành lãnh đạo. Vì vậy, họ đã liên lạc với mọi người để làm cho mọi người thuộc về nhóm của họ.

Cô-rê, Đa-than, và A-bi-ram đã tập hợp được 250 người đi theo họ và họ nghĩ rằng họ sẽ có được sức mạnh. Họ đến cùng Môi-se và A-rôn rồi tranh luận với hai người. Họ nói, "Thôi đủ rồi! vì cả hội chúng đều là thánh, và Đức Giê-hô-va ngự ở trong; vậy sao các ngươi tự cao trên hội chúng của Đức Giê-hô-va?"

(Dân số ký 16:3)

Mặc dù họ không kiềm chế được khi chạm trán với ông, nhưng Môi-se không nói lại bất cứ lời nào với họ. Ông chỉ quỳ gối xuống trước mặt Đức Chúa Trời cầu nguyện và cố gắng để cho họ biết lỗi lầm của họ và ông cầu xin với Đức Chúa Trời về sự phán xét của Ngài. Ngay lúc đó cơn thịnh nộ của Đức Chúa Trời đã gợi lên nghịch lại Cô-rê, A-bi-ram và Đa-than cùng với những người theo họ. Đất mở miệng ra nuốt Cô-rê, Đa-than, A-bi-ram và vợ con của họ cùng với con cháu họ còn sống đều xuống Âm Phủ. Ngọn lửa từ Đức Giê-hô-va lòe ra thiêu hóa hai trăm năm mươi người đã dâng hương.

Môi-se đã không gây ra bất cứ thiệt hại gì cho dân sự (Dân số ký 16:15). Ông chỉ làm những gì tốt nhất để lãnh đạo dân sự. Ông đã chứng minh rằng Đức Chúa Trời ở với họ trong mọi lúc qua các dấu kỳ phép lạ. Ông đã cho họ thấy Mười Tai Vạ ở Ê-díp-tô; ông đã cho họ vượt Biển Đỏ như đi trên đất khô bằng cách rẽ nước ra làm đôi; ông đã cho họ uống nước từ đá và để cho họ ăn Ma-na và chim cút trong đồng vắng. Vậy mà sau đó họ đã nói hành và chống nghịch lại Môi-se, họ nói ông tự nâng mình lên.

Đức Chúa Trời cũng để cho dân sự thấy sự ganh ghét với Môi-se là một tội trọng. Phán xét và lên án người được Đức Chúa Trời thiết lập thì cũng giống như phán xét và lên án chính Đức Chúa Trời. Vì thế, chúng ta không được bất cẩn chỉ trích các hội thánh hay những tổ chức hoạt động trong danh Chúa nói họ sai hay dị giáo. Vì chúng ta tất cả đều là anh chị em trong Đức Chúa Trời, sự ganh ghét giữa chúng ta là một tội trọng trước mặt Đức Chúa Trời.

Ganh Ghét Mọi Điều Đều Là Vô Nghĩa

Chúng ta có thể có được những gì chúng ta muốn chỉ do ganh ghét phải không? Không phải! Chúng ta có thể để người khác vào những tình huống khó khăn và có thể có vẻ như chúng ta sẽ đi trước họ, nhưng trong thực tế chúng ta không thể đạt được mọi thứ chúng ta muốn. Gia-cơ 4:2 nói, "Anh em tham muốn mà chẳng được chi; anh em giết người và ghen ghét mà chẳng được việc gì hết; anh em có sự tranh cạnh và chiến đấu."

Thay vì ghen ghét, hãy xem lại những gì được chép trong sách Gióp 4:8, "Theo điều tôi đã thấy, ai cày sự gian ác, Và gieo điều khuấy rối, thì lại gặt lấy nó." Điều gian ác bạn làm sẽ trở lại với bạn giống như gậy ông đập lưng ông vậy.

Trong sự trừng phạt về sự gian ác bạn đã gieo ra, bạn có thể phải đối mặt với những tai họa trong gia đình hoặc nơi làm việc của bạn. Như Châm ngôn 14:30 nói, "Lòng bình tịnh là sự sống của thân thể; Còn sự ghen ghét là đồ mục của xương cốt." Sự ghen ghét chỉ tự gây ra tổn hại, và do đó nó hoàn toàn vô nghĩa. Vì vậy, nếu bạn muốn đi trước những người khác, bạn phải hỏi Đức Chúa Trời, Đấng đang điều khiển mọi thứ hơn là lãng phí năng lượng của bạn trong những suy nghĩ và hành động ghen ghét.

Tất nhiên, bạn không thể có được tất cả mọi thứ bạn xin. Trong Gia-cơ 4:3 nói, "Anh em cầu xin mà không nhận lãnh được, vì cầu xin trái lẽ, để dùng trong tư dục mình." Nếu bạn xin một điều gì đó để dùng trong tư dục mình, thì bạn không thể nhận được vì đó không phải là ý muốn của Đức Chúa Trời. Nhưng trong hầu hết các trường hợp thì con người chỉ xin theo sự ham muốn của họ. Họ xin về sự giàu có, danh vọng và quyền lực cho sự sung túc và niềm tự hào riêng của họ. Điều này khiến tôi buồn rầu trong quá trình mục vụ của tôi. Các phước lành thực sự và thật không phải là sự giàu có, danh vọng và quyền lực nhưng sự thịnh vượng thật chính là linh hồn của người ấy.

Cho dù bạn có và hưởng nhiều thứ, nhưng những thứ đó có là gì nếu bạn không nhận được sự cứu rỗi? Chúng ta phải nhớ rằng tất cả mọi thứ trên đất này sẽ biến mất giống như sương mù. 1 Giăng 2:17 nói, "Vả thế gian với sự tham dục nó đều qua đi, song ai làm theo ý muốn của Đức Chúa Trời thì còn lại đời đời", và Truyền Đạo 12:8 nói, "Kẻ truyền đạo nói: Hư không của sự hư không; mọi sự đều hư không."

Tôi hy vọng bạn sẽ không trở nên ghen ghét với anh chị em của bạn bằng cách níu lấy những điều vô nghĩa trên thế gian này nhưng phải có một tấm lòng ngay thẳng trước mặt Đức Chúa Trời. Rồi, Đức Chúa Trời sẽ đáp lời những sự ao ước trong lòng bạn và ban cho bạn nước Thiên Đàng đời đời.

Ghen Ghét và Ao Ước Thuộc Linh

Những người tin Đức Chúa Trời nhưng trở nên ghen ghét vì họ có ít đức tin và tình yêu thương. Nếu bạn thiếu sự yêu mến Đức Chúa Trời và có ít đức tin trong nước thiên đàng, bạn có thể trở nên ganh ghét để có được sự giàu có, danh vọng, và quyền lực của thế gian này. Nếu bạn có sự bảo đảm đầy đủ về các quyền của con cái Đức Chúa Trời và quyền công dân Thiên Đàng, các anh chị em trong Đấng Christ quý báu hơn nhiều so với những người trong gia đình thế gian của bạn. Đó là vì bạn tin rằng bạn sẽ sống với họ mãi mãi trên Thiên Đàng.

Ngay cả những người ngoại chưa tiếp nhận Chúa Giê-su Christ cũng quý báu và họ là những người chúng ta phải dẫn dắt họ đến nước thiên đàng. Nhờ đức tin này, khi chúng ta nuôi dưỡng tình yêu thật sự trong chúng ta, chúng ta sẽ yêu thương những người lân cận như chính mình. Rồi thì, khi những người khác sung túc, chúng ta sẽ vui như thể chúng ta là những người sung túc. Những người có đức tin thật sẽ không tìm kiếm những điều vô nghĩa của thế gian, nhưng họ sẽ cố gắng siêng năng trong công việc Chúa để có nước thiên đàng. Ấy là, họ sẽ có những ao ước thuộc linh.

"Song, từ ngày Giăng Báp-tít đến nay, nước thiên đàng bị hãm ép, và là kẻ hãm ép đó choán lấy" (Ma-thi-ơ 11:12).

Ao ước thuộc linh chắc chắn khác nhau với sự ghen ghét. Điều quan trọng là phải có ao ước để nhiệt tình và trung tín trong công việc của Chúa. Nhưng nếu niềm đam mê qua đi và dời xa lẽ thật hoặc nếu khiến cho những người khác vấp ngã, thì điều đó không chấp nhận được. Trong khi đang nhiệt thành với công việc của chúng ta cho Chúa, chúng ta nên quan tâm đến các nhu cầu của những người xung quanh chúng ta, tìm kiếm lợi ích cho họ, và giữ sự bình an với mọi người.

4. Tình yêu thương chẳng khoe mình

Có những người luôn luôn khoe khoang về bản thân mình. Họ không quan tâm đến những gì người khác có thể cảm thấy khi họ khoe khoang. Họ chỉ muốn phô trương những gì họ có để tìm sự công nhận của người khác. Giô-sép đã khoe về giấc mơ của mình khi ông còn là một cậu bé. Điều này làm cho các anh của ông ghét ông. Vì ông được cha mình yêu thương cách đặc biệt, nên ông thực sự không hiểu được tấm lòng của các anh. Sau đó, ông bị bán đi làm nô lệ ở Ê-díp-tô và chịu đựng nhiều thử thách để cuối cùng nuôi dưỡng tình yêu thương thuộc linh. Trước khi người ta nuôi dưỡng tình yêu thương thuộc linh, họ có thể phá vỡ sự bình an bằng cách khoe khoang và nâng cao bản thân mình. Vì thế Đức Chúa Trời phán, "Tình yêu thương chẳng khoe mình."

Đơn giản mà nói, khoe khoang là biểu lộ và thể hiện bản thân mình. Mọi người thường muốn được công nhận nếu họ làm hoặc có một cái gì đó tốt hơn người khác. Khoe khoang như vậy thì điều gì sẽ ảnh hưởng?

Thí dụ, một số bậc phụ huynh tự cao và khoe con của họ học tốt. Sau đó, những người khác có thể vui mừng với họ, nhưng hầu hết trong số họ đều bị tổn thương và có những ác cảm về điều đó. Họ có thể có những lời trách mắng con mình mà không cần lý do. Cho dù con của bạn làm tốt như thế nào trong học tập, nhưng nếu bạn có dù chỉ một chút lòng nhân từ để quan tâm đến cảm giác của những người khác, bạn sẽ không khoe khoang về con của bạn như vậy. Bạn sẽ mong muốn con của người hàng xóm cũng học giỏi, và nếu cậu ấy học giỏi, bạn sẽ vui vẻ khen ngợi cậu ấy.

Những người khoe khoang cũng có xu hướng ít muốn công nhận hay khen ngợi người khác về những việc tốt họ đã làm.

Trong cách này hay cách khác họ có xu hướng làm giảm giá trị của người khác vì họ nghĩ rằng người khác phải bị làm mờ tên tuổi tới mức không ai nhận ra. Đây là một cách mà người khoe khoang gây ra rắc rối. Hành động như thế này, tấm lòng khoe khoang xa với tình yêu thật. Bạn có thể nghĩ rằng nếu bạn phô trương bản thân mình bạn sẽ được công nhận, nhưng điều đó chỉ làm cho bạn khó nhận được sự tôn trọng và tình cảm chân thành. Thay vào đó là những người xung quanh bạn ghen tị với bạn, điều đó chỉ khiến họ khó chịu và ghen tị với bạn. "Kìa anh em lấy những lời kiêu ngạo mà khoe mình! Phàm khoe khoang như vậy là xấu" (Gia-cơ 4:16).

Đời Sống Kiêu Ngạo Khoe khoang Xuất Phát Từ Yêu Thế Gian

Tại sao người ta khoe khoang về bản thân mình? Đó là vì họ có đời sống khoe khoang kiêu ngạo trong đó. Đời sống khoe khoang kiêu ngạo đề cập đến "bản chất phô trương chính là theo những khoái lạc của thế gian này." Điều này xuất phát từ sự yêu mến thế gian. Người ta thường khoe khoang về những điều họ cho là quan trọng. Những người yêu tiền bạc sẽ khoe khoang về tiền bạc họ có, và những người xem diện mạo bề ngoài quan trọng, thì họ sẽ khoe khoang về diện mạo. Ấy là, họ đặt tiền bạc, diện mạo bề ngoài, danh tiếng, hay quyền lực xã hội trước Đức Chúa Trời.

Một trong những thành viên trong hội thánh có một doanh nhân thành công trong việc bán máy tính cho các tập đoàn kinh doanh của Hàn Quốc. Ông muốn mở rộng việc kinh doanh của mình. Ông có nhiều khoản cho vay khác nhau và đã đầu tư một thương hiệu cafe Internet và phát thanh truyền hình Internet. Ông đã thành lập một công ty với vốn ban đầu là hai tỷ won, xấp xỉ khoảng hai triệu đô la Mỹ.

Nhưng doanh thu thì chậm và ngày càng thua lỗ để cuối cùng làm cho công ty bị phá sản. Nhà của ông đã bị chuyển qua bán đấu giá, các con nợ đã săn đuổi ông. Ông phải sống trong những căn nhà nhỏ ở tầng hầm hoặc trên sân thượng. Bây giờ ông bắt đầu nhìn lại chính mình. Ông nhận ra rằng ông đã muốn khoe về sự thành công của mình và còn tham tiền nữa. Ông nhận thấy mình đã từng khinh miệt những người xung quanh vì đã mở rộng kinh doanh vượt xa hơn khả năng của mình.

Khi ông hoàn toàn ăn năn trước Đức Chúa Trời bằng cả tấm lòng và cắt bỏ lòng tham lam của mình, ông thấy hạnh phúc ngay cả khi công việc làm mới của ông là làm sạch đường nước cống và các hố rác tự hoại. Đức Chúa Trời đã để ý đến hoàn cảnh của ông và tỏ cho ông một con đường để bắt đầu một doanh nghiệp mới. Bây giờ, vì lúc nào ông cũng bước đi trong con đường ngay thẳng, nên việc kinh doanh của ông phát triển mạnh.

1 Giăng 2:15-16 nói, "Chớ yêu thế gian, cũng đừng yêu các vật ở thế gian nữa; nếu ai yêu thế gian, thì sự kính mến Đức Chúa Cha chẳng ở trong người ấy. Vì mọi sự trong thế gian, như sự mê tham của xác thịt, mê tham của mắt, và sự kiêu ngạo của đời, đều chẳng từ Cha mà đến, nhưng từ thế gian mà ra."

Ê-xê-chia, vua thứ mười ba của phía Nam Giu-đa, là người công bình trước mặt Đức Giê-hô-va và ông cũng là người làm sạch Đền Thờ. Ông đã thắng các cuộc xâm lược của A-si-ri qua lời cầu nguyện; khi ông bị bệnh, ông đã cầu nguyện với nước mắt và được thêm 15 năm tuổi nữa. Nhưng ông vẫn có đời sống kiêu ngạo khoe khoang. Sau khi ông được bình phục, Ba-by-lôn sai sứ thần của họ đến.

Ê-xê-chia rất vui khi nhận lễ vật và cho họ xem nơi để những của quý, bạc vàng, thuốc thơm, dầu báu, cùng kho khí giới, và mọi đồ trong phủ khố mình. Vì sự khoe khoang của ông, phía Nam Giu-đa đã bị Ba-by-lôn xâm chiếm và tất cả kho báu đều bị lấy hết (Ê-sai 39:1-6). Khoe khoang xuất phát từ lòng yêu thế gian, và có nghĩa là người đó không có sự yêu mến Đức Chúa Trời. Vì thế, để nuôi dưỡng tình yêu thật, người đó phải cắt bỏ đời sống kiêu ngạo khoe khoang từ trong lòng mình.

Khoe Mình Trong Chúa

Có một loại khoe mình mà tốt. Đó là khoe mình trong Chúa như đã nói trong 2 Cô-rinh-tô 10:17, "Nhưng ai khoe mình, hãy khoe mình trong Chúa." Khoe mình trong Chúa là để dâng sự vinh hiển cho Đức Chúa Trời, do đó càng khoe nhiều càng tốt. Một gương mẫu tốt về sự khoe mình như vậy là 'làm chứng.' Phao-lô đã nói trong Ga-la-ti 6:14, "Còn như tôi, tôi hẳn chẳng khoe mình, trừ ra khoe về thập tự giá của Đức Chúa Jêsus Christ chúng ta, bởi thập tự giá ấy, thế gian đối với tôi đã bị đóng đinh, và tôi đối với thế gian cũng vậy!"

Như ông đã nói, chúng ta khoe về Chúa Giê-su Christ Đấng cứu chuộc chúng ta và đã ban cho chúng ta nước thiên đàng. Chúng ta đáng phải chết đời đời vì tội lỗi của chúng ta, nhưng cảm tạ Chúa Giê-su Đấng đã trả cho tội lỗi của chúng ta trên thập tự giá, chúng ta có sự sống đời đời. Chúng ta phải cảm tạ thế nào!

Vì lý do này, Phao-lô đã khoe về sự yếu đuối mình. Trong 2 Cô-rinh-tô 12:9 nói, "Nhưng Chúa phán rằng: Ân điển ta đủ cho ngươi rồi, vì sức mạnh của ta nên trọn vẹn trong sự yếu đuối. Vậy tôi sẽ rất vui lòng khoe mình về sự yếu đuối tôi, hầu cho sức mạnh của Đấng Christ ở trong tôi."

Trong thực tế, Phao-lô đã thực hiện nhiều dấu kỳ phép lạ và

thậm chí người ta mang cái khăn hay cái áo của ông chạm vào người bệnh thì người bệnh được lành. Ông đã có ba cuộc hành trình truyền giáo mang nhiều người đến với Chúa và lập được nhiều hội thánh ở các thành. Nhưng ông nói không phải ông là người làm tất cả những việc đó. Ông chỉ khoe đó là ân điển của Đức Chúa Trời và quyền năng của Chúa đã cho ông là những gì ông đã làm.

Ngày nay, nhiều người có những lời làm chứng trong buổi nhóm và kinh nghiệm Đức Chúa Trời hằng sống trong đời sống hàng ngày của họ. Họ bày tỏ tình yêu thương của Đức Chúa Trời qua lời làm chứng rằng họ đã nhận được sự chữa lành mọi bệnh tật, những phước hạnh về tài chính, sự bình an trong gia đình khi họ hết lòng tìm kiếm Đức Chúa Trời và đã bày tỏ những việc làm thể hiện sự yêu mến Ngài.

Như đã nói trong Châm ngôn 8:17, "Ta yêu mến những người yêu mến ta, Phàm ai tìm kiếm ta sẽ gặp ta." Họ cảm tạ Chúa vì họ được kinh nghiệm tình yêu vĩ đại của Đức Chúa Trời và có đức tin lớn, nghĩa là họ đã nhận được những phước hạnh thuộc linh. Khoe mình trong Chúa như vậy là dâng sự vinh hiển cho Đức Chúa Trời và gieo đức tin và sự sống trong lòng chúng ta. Qua đó, họ đã tích trữ được nhiều phần thưởng trên Thiên Đàng và những ao ước trong lòng của họ sẽ được đáp lời nhanh hơn.

Nhưng chúng ta phải cẩn thận một điều ở đây. Một số người nói họ dâng sự vinh hiển cho Đức Chúa Trời, nhưng trong thực tế họ đang cố khoe về họ hoặc những gì họ đã làm là để cho người khác biết. Họ ám chỉ gián tiếp rằng họ đã có thể nhận được phước hạnh vì những nỗ lực riêng của họ. Có vẻ như họ đang dâng sự vinh hiển cho Đức Chúa Trời, nhưng thực tế họ đang thể hiện công trạng của mình. Sa-tan sẽ buộc tội nghịch lại những người như vậy. Cuối cùng, kết quả của sự khoe mình bị tiết lộ; họ có thể phải đối diện với nhiều loại thử thách và gian nan khác nhau, hoặc không có ai công nhận họ, họ cũng xa cách với Đức Chúa Trời.

Rô-ma 15:2 nói: "Mỗi người trong chúng ta nên làm đẹp lòng kẻ lân cận mình, đặng làm điều ích và nên gương tốt." Như đã nói, chúng ta phải luôn luôn làm điều ích và nên gương tốt cho những người lân cận của chúng ta và phải gieo đức tin và sự sống vào trong họ. Cũng như nước được tinh khiết qua bộ lọc nước, chúng ta phải có một bộ lọc lời của chúng ta trước khi chúng ta nói, suy nghĩ xem liệu lời nói của chúng ta sẽ gây dựng hay làm tổn thương cảm xúc của người nghe.

Cắt Bỏ Đời Sống Kiêu Ngạo Khoe Khoang

Mặc dù họ có rất nhiều điều để khoe khoang, nhưng không ai có thể sống mãi mãi. Sau sự sống trên đất này, mọi người sẽ đi đến hoặc là Thiên Đàng hoặc là Địa Ngục, Ở Thiên Đàng, ngay cả những con đường chúng ta đi cũng được làm bằng vàng, và sự nguy nga tráng lệ ở đó không thể so sánh với cái ở thế gian này. Nghĩa là khoe khoang những cái ở thế gian này đều là vô nghĩa. Hơn nữa, ngay cả khi người ta có rất nhiều của cải, danh vọng, học thức, và quyền lực, liệu người ấy có thể khoe về chúng nếu người ấy đi Địa Ngục không?

Chúa Giê-su nói: "Người nào nếu được cả thiên hạ mà mất linh hồn mình, thì có ích gì? Vậy thì người lấy chi mà đổi linh hồn mình lại? Vì Con người sẽ ngự trong sự vinh hiển của Cha mình mà giáng xuống cùng các thiên sứ, lúc đó, Ngài sẽ thưởng cho từng người, tùy việc họ làm" (Ma-thi-ơ 16:26-27).

Khoe khoang của thế gian này không bao giờ có thể cho sự sống đời đời hay sự thỏa lòng. Nhưng khoe khoang làm nổi lên những mong muốn vô nghĩa và dẫn chúng ta đến sự hủy diệt. Khi chúng ta nhận ra sự thật như vậy và đổ đầy trong lòng của chúng ta bằng hy vọng của Thiên Đàng, chúng ta sẽ nhận được năng lực để cắt bỏ đi đời sống kiêu ngạo khoe khoang. Tương tự như một đứa trẻ có thể dễ dàng bỏ đi đồ chơi của mình, là những cái đã cũ và ít giá trị khi cậu ta nhận được một đồ chơi mới. Bởi vì chúng ta biết về đẹp rực rỡ của nước thiên đàng, nên chúng ta không bám lấy hay phải vật lộn để có những thứ đó ở thế gian này.

Một khi chúng ta cắt bỏ đi đời sống kiêu ngạo khoe khoang, chúng ta sẽ chỉ khoe về Chúa Giê-su Christ. Chúng ta sẽ không có cảm giác gì về thế gian này, là thứ không đáng để khoe, nhưng đúng hơn, chúng ta sẽ chỉ cảm thấy tự hào về sự vinh hiển mà chúng ta sẽ vui hưởng đời đời trong nước thiên đàng. Vì vậy, chúng ta sẽ được đổ đầy dẫy sự vui mừng mà chúng ta không biết trước đây. Thậm chí nếu chúng ta có thể phải đối mặt với một số thời điểm khó khăn trong đời sống của chúng ta, chúng ta sẽ không cảm thấy nặng nề. Chúng ta sẽ chỉ dâng lời cảm tạ Chúa vì tình yêu của Đức Chúa Trời, Đấng đã ban chính Con một của Ngài Chúa Giê-su để cứu chuộc chúng ta, và do đó chúng ta có thể được đổ đầy sự vui mừng trong mọi hoàn cảnh. Nếu chúng ta không tìm kiếm sự kiêu ngạo khoe khoang, thì chúng ta sẽ không cảm thấy quá tự hào khi chúng ta nhận những lời khen ngợi, hay trở nên chán nản khi chúng ta nhận những sự chỉ trích. Chúng ta sẽ chỉ khiêm nhường tự xem lại mình nhiều hơn khi nghe những lời khen ngợi, và chúng ta sẽ chỉ dâng lời cảm tạ Chúa khi chúng ta nhận những sự quở trách và cố gắng thay đổi bản thân mình nhiều hơn.

5. Tình yêu thương chẳng lên mình kiêu ngạo

Những người khoe khoang về bản thân mình dễ cảm thấy họ tốt hơn những người khác và trở nên kiêu ngạo. Nếu mọi việc đều tốt với họ, họ nghĩ đó là vì họ đã làm tốt và trở nên tự cao tự đại hoặc lười biếng. Kinh Thánh nói một trong những điều ác mà Đức Chúa Trời ghét nhất đó là sự kiêu ngạo. Kiêu ngạo cũng là lý do chính mà con người xây tháp Ba-bên để ganh đua với Đức Chúa Trời, là một sự kiện khiến Đức Chúa Trời đã chia ra thành nhiều ngôn ngữ.

Đặc Tính của những Con Người Kiêu Ngạo

Một người kiêu ngạo coi người khác không tốt hơn mình và khinh rẻ hay coi thường những người khác. Một người như vậy cảm thấy mình giỏi hơn những người khác trong tất cả các khía cạnh. Anh ta tự cho mình là tốt nhất. Anh ta khinh miệt, xem thường, và cố gắng giáo huấn người khác trong mọi vấn đề. Anh ta dễ dàng tỏ thái độ kiêu ngạo đối với những người có vẻ kém hơn anh ta. Anh ta đôi khi quá kiêu ngạo, không quan tâm đến những người đã dạy dỗ mình và đã dẫn dắt mình, cũng như những người đang ở vị trí trên mình trong kinh doanh hoặc trong cấp bậc xã hội. Anh ta không sẵn lòng lắng nghe những lời khuyên bảo, chỉ trích và tư vấn từ những người có trình độ cao hơn mình. Anh ta sẽ phàn nàn suy nghĩ, "Cấp trên của tôi nói ông ấy không có ý kiến gì về tất cả những điều đó," hoặc nói, "Tôi biết mọi sự và tôi có thể làm việc đó rất tốt."

Một người như thế gây ra nhiều lý lẽ và cãi vã với người khác. Châm ngôn 13:10 nói, "Sự kiêu ngạo chỉ sanh ra điều cãi lộn; Còn sự khôn ngoan ở với người chịu lời khuyên dạy."

2 Ti-mô-thê 2:23 cho chúng ta biết, "Hãy cự những lời biện luận điên dại và trái lẽ, vì biết rằng chỉ sanh ra điều tranh cạnh mà thôi." Đó là lý do để nói thật ngu dại và sai lầm khi nghĩ chỉ mình bạn là đúng.

Mỗi người có lương tâm và sự nhận thức khác nhau. Đó là vì mỗi cá nhân đều có sự khác nhau về những gì anh ấy đã thấy, nghe, kinh nghiệm và đã được dạy dỗ. Nhưng nhiều người có sự nhận thức sai, và trong đó một số người đã được trau dồi không đúng cách. Nếu sự nhận thức đó đã dày dạn trong chúng ta từ lâu, sự công bình riêng và những khuôn khổ được hình thành. Sự công bình riêng là khăng khăng cho rằng chỉ có ý kiến của chúng ta mới là đúng, và khi điều đó đã dày dạn thì trở thành khuôn khổ của tư duy. Một số người hình thành khuôn khổ của họ theo tính cách hoặc theo nhận thức mà họ có.

Khuôn khổ giống như bộ xương của một cơ thể con người. Nó tạo thành hình dáng của mỗi người, và một khi nó đã được hình thành, thì rất khó để phá bỏ hình dáng đó. Hầu hết những suy nghĩ của con người xuất phát từ sự công bình riêng và những khuôn khổ. Một người có cảm giác thấp kém hơn thì phản ứng rất nhạy cảm khi người khác chỉ tay kết tội mình. Hoặc khi nói đi đâu, nếu là người giàu có sửa soạn quần áo của mình, mọi người sẽ nghĩ ông đang khoe khoang và phô trương quần áo của mình. Nếu có ai đó sử dụng một số từ ngữ khó hoặc nặng, người ta nghĩ anh ta đang phô trương học thức của mình và coi thường họ.

Tôi đã học từ giáo viên tiểu học của tôi là Tượng Nữ Thần Tự Do ở San Francisco. Tôi nhớ rất rõ cô ấy đã dạy tôi bằng hình ảnh và bản đồ của Hoa Kỳ như thế nào. Vào đầu những năm 90, tôi đã đến Hoa Kỳ để dẫn dắt một buổi nhóm phấn hưng hiệp nhất. Đó cũng là lúc tôi học biết Tượng Nữ Thần Tự Do thực sự nằm ở thành phố New York.

Đối với tôi, Tượng đó được cho là ở San Francisco, vì vậy tôi không hiểu tại sao nó ở thành phố New York. Tôi hỏi những người xung quanh tôi và họ nói rằng nó thực sự ở New York. Tôi nhận ra rằng một chút kiến thức tôi đã tin là thật thực sự không đúng. Lúc đó, tôi cũng nghĩ rằng những gì tôi tin là đúng cũng có thể là sai. Nhiều người tin và khăng khăng cho những điều đó là không đúng.

Ngay cả khi họ sai, những người kiêu ngạo sẽ không thừa nhận điều đó nhưng cứ tiếp tục khẳng định ý kiến của mình, và điều này sẽ dẫn đến cãi vã. Nhưng những người khiêm nhường sẽ không cãi nhau ngay cả khi người khác sai. Mặc dù họ chắc chắn 100% rằng họ đúng, nhưng họ vẫn nghĩ họ có thể sai, vì họ không có ý muốn thắng người khác khi tranh luận.

Một tấm lòng khiêm nhường có tình yêu thuộc linh luôn coi người khác tốt hơn mình. Ngay cả khi những người khác kém may mắn hơn, ít học hơn, hoặc có ít năng lực xã hội, nhưng với tinh thần khiêm nhường, thì từ trong đáy lòng chúng ta sẽ coi người khác tốt hơn mình. Chúng ta coi mọi linh hồn đều rất quý báu vì họ xứng đáng để Chúa Giê-su đổ huyết của Ngài ra cho họ.

Kiêu Ngạo Xác Thịt và Kiêu Ngạo Thuộc Linh

Nếu người ta tỏ những hành động bên ngoài không thật, phô trương bản thân mình, thể hiện mình và coi thường người khác, người ấy có thể dễ dàng nhận ra sự kiêu ngạo như vậy. Khi chúng ta tiếp nhận Chúa và nhận biết lẽ thật, những thuộc tính kiêu ngạo của xác thịt có thể dễ dàng bỏ được. Ngược lại, thì không dễ nhận ra và cắt bỏ được sự kiêu ngạo thuộc linh của một người. Vậy kiêu ngạo thuộc linh là gì?

Khi bạn đi nhà thờ được một thời gian đáng kể, bạn tích trữ được nhiều sự hiểu biết về Lời Chúa. Bạn cũng có thể được ban cho chức danh và vị trí trong nhà thờ hoặc được bầu làm lãnh đạo. Sau đó, bạn có thể cảm thấy là bạn đã nuôi dưỡng một lượng kiến thức đáng kể về Lời Đức Chúa Trời trong lòng bạn đủ để nghĩ là, "Tôi đã thực hiện được rất nhiều việc. Hầu hết mọi chuyện tôi đều đúng!" Bạn có thể quở trách, phán xét và lên án người khác bằng Lời Đức Chúa Trời đã được tích trữ như là kiến thức, nghĩ chỉ có bạn mới phân biệt được đúng sai theo lẽ thật. Một số lãnh đạo của hội thánh làm theo những lợi ích riêng của mình và phá bỏ các quy định và trật tự mà họ có nghĩa vụ phải tuân theo. Họ vi phạm rõ ràng các trật tự trong hội thánh bằng các hành động, nhưng họ lại cho rằng, "Đối với tôi điều này là OK vì tôi ở vị trí này. Tôi là một ngoại lệ." Tư tưởng đề cao mình như vậy là kiêu ngạo thuộc linh.

Nếu chúng ta tuyên xưng sự yêu mến của chúng ta với Đức Chúa Trời trong khi chúng ta bỏ luật pháp và trật tự của Đức Chúa Trời bằng tính tự tôn, thì sự tuyên xưng này không thật chút nào. Nếu chúng ta xét đoán và lên án người khác, chúng ta không thể được coi là có tình yêu thương thật. Lẽ thật dạy chúng ta nhìn, nghe và chỉ nói về những điều tốt của người khác.

"Hỡi anh em, chớ nói hành nhau. Ai nói hành anh em mình hoặc xét đoán anh em mình, tức là nói xấu luật pháp, và xét đoán luật pháp. Vả, nếu ngươi xét đoán luật pháp, thì ngươi chẳng phải là kẻ vâng giữ luật pháp, bèn là người xét đoán luật pháp vậy" (Gia-cơ 4:11).

Bạn cảm thấy thế nào khi bạn thấy sự yếu đuối của những người khác?

Jack Kornfield, trong cuốn sách Nghệ Thuật Tha Thứ, Lòng Trìu Mến, và Bình An, viết về cách giải quyết khác nhau với các hành động vụng về.

"Trong bộ lạc Babemba của Nam Phi, mỗi khi có một người hành động vô trách nhiệm hoặc trái lẽ, người ấy sẽ được để ở trung tâm làng, một mình và không bị trói. Khi tất cả công việc tạm ngưng, thì tất cả đàn ông, đàn bà, trẻ em trong làng tập hợp thành một vòng tròn lớn xung quanh người bị cáo. Sau đó, từng người trong bộ lạc nói với người bị cáo ở trung tâm của vòng tròn, một lần một người, nhắc lại những điều tốt của người ấy đã làm trong đời. Mỗi vụ việc, mỗi kinh nghiệm đều có thể được nhắc lại cách chi tiết và chính xác, được thuật kỹ lại. Tất cả các thuộc tính tích cực, những việc làm tốt, những điểm mạnh, và nhân đức của người ấy đều được kể lại cách cẩn thận và đầy đủ chi tiết. Khi kết thúc, vòng tròn bộ lạc được mở ra, một lễ kỷ niệm vui mừng diễn ra, và người ấy được dùng làm biểu tượng và theo nghĩa đen là được chào đón trở lại bộ lạc."

Qua quá trình này, những người đã làm sai khôi phục lại lòng tự trọng của họ và làm cho tâm trí của mình muốn góp phần cho bộ lạc của mình. Nhờ việc xét xử độc đáo như vậy, mà tội phạm hầu như không xảy ra trong xã hội của họ.

Khi chúng ta nhìn thấy lỗi lầm của người khác, chúng ta có thể nghĩ xem liệu chúng ta phán xét và lên án họ trước hay lòng thương xót và sự thương hại của chúng ta đi trước. Với biện pháp này, chúng ta có thể kiểm tra được chúng ta đã nuôi dưỡng lòng khiêm nhường và sự yêu thương được bao nhiêu. Bằng cách liên tục tra xét chính mình, chúng ta không nên thỏa lòng với những gì chúng ta đã làm, chỉ vì chúng ta đã là tín hữu trong một thời gian dài.

Trước khi ai đó được trở nên thánh hoàn toàn, mỗi người đều có bản chất này, làm phát triển sự kiêu ngạo. Vì vậy, để nhổ hết gốc rễ của bản chất kiêu ngạo là rất quan trọng. Nó có thể trở lại bất cứ lúc nào, trừ khi chúng ta nhổ hết hoàn toàn qua sự sốt sắng cầu nguyện. Nó cũng giống như nếu bạn cắt hết cỏ dại, thì cỏ vẫn sẽ tiếp tục mọc lại, trừ khi cỏ bị nhổ bật hết cả rễ. Ấy là vì bản chất tội lỗi không được loại bỏ hoàn toàn từ trong lòng, sự kiêu ngạo lại đến làm phiền khi họ sống một đời sống đức tin đã lâu. Vì thế, chúng ta luôn luôn phải hạ mình như con trẻ trước mặt Đức Chúa Trời, coi người khác hơn mình, và không ngừng phấn đấu để nuôi dưỡng tình yêu thuộc linh.

Người Kiêu Ngạo Tin Vào Chính Mình

Nê-bu-cát-nết-sa đã mở ra kỷ nguyên vàng của Ba-by-lôn Lớn. Một trong những kỳ quan cổ đại, Vườn Treo đã được làm trong thời của ông. Ông tự hào cả vương quốc của ông và các công trình được dựng lên bằng năng lực tuyệt vời của mình. Ông đã làm một pho tượng bằng vàng về chính mình và bắt dân chúng phải thờ lạy tượng vàng. Đa-ni-ên 4:30 nói, "thì cất tiếng mà nói rằng: Đây chẳng phải là Ba-by-lôn lớn mà ta đã dựng, bởi quyền cao cả ta, để làm đế đô ta, và làm sự vinh hiển oai nghi của ta sao?"

Cuối cùng Đức Chúa Trời đã cho ông hiểu ai mới thực sự là người cai trị ở thế gian này (Đa-ni-ên 4:31-32). Ông bị đuổi ra khỏi cung điện, bị buộc phải ăn cỏ như bò, và ở với thú đồng trong vùng hoang dã bảy năm. Ngai vàng của ông lúc này có ý nghĩa gì? Chúng ta không thể đạt được bất cứ điều gì nếu Đức Chúa Trời không cho phép. Nê-bu-cát-nết-sa trở lại trạng thái tâm trí bình thường sau bảy năm. Ông nhận ra sự kiêu ngạo của mình và nhìn biết Đức Chúa Trời. Đa-ni-ên 4:37, "Bây giờ, ta, Nê-bu-cát-nết-sa, ngợi khen, tôn vinh, và làm cả sáng Vua trên trời; mọi công việc Ngài đều chân thật, các đường lối Ngài đều công bình; và kẻ nào bước đi kiêu ngạo, Ngài có thể hạ nó xuống."

Không chỉ là Nê-bu-cát-nết-sa. Một số người ngoại trên thế gian này nói: "Tôi tin vào chính mình." Nhưng thế gian đó không dễ cho họ đắc thắng. Có nhiều nan đề trong thế gian không thể giải quyết bằng những khả năng của con người. Thậm chí kiến thức khoa học tiên tiến và kỹ thuật tốt nhất cũng vô ích trước thiên tai tự nhiên như bão, động đất và những thảm họa bất ngờ khác.

Và có bao nhiêu loại bệnh không thể chữa khỏi ngay cả với các y học hiện đại? Nhưng nhiều người trông cậy vào chính mình hơn là trông cậy vào Đức Chúa Trời khi họ gặp nhiều nan đề khác nhau. Họ dựa trên tư tưởng, kinh nghiệm và học thức của họ. Nhưng khi họ chưa thành công và vẫn còn phải đối mặt với các nan đề, họ lằm bằm chống nghịch lại Đức Chúa Trời mặc dù niềm tin của họ không phải là tin vào Đức Chúa Trời. Đó là vì sự kiêu ngạo ngự ở trong lòng họ. Vì sự kiêu ngạo, họ không thừa nhận những sự yếu đuối của họ và không hạ mình nhận biết Đức Chúa Trời.

Đáng thương hơn nữa là một số tín hữu tin Đức Chúa Trời nhưng trông cậy vào thế gian và chính mình hơn là trông cậy Đức Chúa Trời. Đức Chúa Trời muốn con cái của Ngài thịnh vượng và sống trong sự vùa giúp của Ngài. Nhưng nếu bạn không sẵn lòng hạ mình trước Đức Chúa Trời trong sự kiêu ngạo của bạn, thì Đức Chúa Trời không thể giúp bạn. Khi ấy, bạn không thể được bảo vệ khỏi kẻ thù ma quỷ hoặc trở nên thịnh vượng theo cách của bạn. Cũng như Đức Chúa Trời phán dạy trong Châm ngôn 18:12, "Trước khi sự bại hoại, lòng người vẫn tự cao; Song sự khiêm nhượng đi trước sự tôn trọng," điều khiến bạn có những thất bại và bại hoại không phải là tại cái gì, mà là tại sự kiêu ngạo của bạn.

Đức Chúa Trời coi sự kiêu ngạo là ngu dại. So sánh giữa Đức Chúa Trời, Đấng dựng nên ngai của Thiên Đàng và một cái bệ bằng đất, thì sự hiện diện của con người nhỏ như thế nào? Loài người đã được dựng nên theo ảnh tượng của Đức Chúa Trời và chúng ta đều là con cái của Đức Chúa Trời cho dù ở địa vị cao hay thấp. Dù chúng ta có thể khoe khoang nhiều thứ ở thế gian này, thì sự sống ở thế gian này cũng chỉ là một khoảnh khắc. Khi cuộc đời ngắn ngủi này kết thúc, tất cả mọi người đều sẽ bị phán xét trước Đức Chúa Trời. Và chúng ta sẽ được nhắc lên Thiên Đàng theo như những gì chúng ta đã làm trong sự khiêm nhường ở trên đất này. Đó là vì Chúa sẽ nhắc chúng ta lên như Gia-cơ 4:10 nói, "Hãy hạ mình xuống trước mặt Chúa, thì Ngài sẽ nhắc anh em lên."

Nếu nước ở trong một vũng nước nhỏ, nó sẽ ứ đọng, trở thành nước thối và đầy trùng trong nước. Nhưng nếu nước này liên tiếp chảy xuống dốc, thì cuối cùng sẽ ra tới biển và ban sự sống cho rất nhiều sinh vật sống. Cũng giống như vậy, chúng ta hãy hạ mình xuống để chúng ta sẽ trở thành lớn trong mắt của Đức Chúa Trời.

Những Đặc Tính của Tình Yêu Thương Thuộc Linh	1. Nhịn nhục
	2. Nhân từ
	3. Chẳng ghen tị
	4. Chẳng khoe mình
	5. Chẳng lên mình kiêu ngạo

6. Tình yêu thương chẳng làm điều trái phép

'Các cách xử sự' hay 'Phép xã giao' là cách hành động đúng phép tắc theo tính chất xã hội, về thái độ và hành vi của con người với nhau. Các loại văn hóa xã giao có sự khác nhau lớn về nhiều hình thức trong cuộc sống hàng ngày của chúng ta như nghi thức trong các cuộc trò chuyện, trong ăn uống, hoặc trong cách cư xử ở những nơi công cộng như nhà hát.

Cách xử sự đúng đắn là một phần quan trọng trong cuộc sống của chúng ta. Cách xử sự được xã hội chấp nhận là cách sẽ phù hợp với từng nơi và từng dịp, sẽ tạo ấn tượng tốt cho người khác. Ngược lại, nếu chúng ta không thể hiện cách cư xử đúng đắn và nếu chúng ta bỏ qua những nghi thức xã giao cơ bản, thì có thể gây ra sự khó chịu cho những người xung quanh chúng ta. Hơn nữa, nếu chúng ta nói chúng ta yêu ai đó nhưng hành động không hợp với người ấy, sẽ khó để người ấy tin rằng chúng ta thực sự yêu họ.

Từ điển trực tuyến Merriam-Webster, nói 'Trái phép' là 'không phải phép với các tiêu chuẩn dành cho địa vị hoặc điều kiện sống của người đó.' Ở đây cũng có rất nhiều loại tiêu chuẩn nghi thức văn hóa trong đời sống hàng ngày của chúng ta như trong lời chào và các cuộc trò chuyện. Chúng ta ngạc nhiên, nhiều người không biết họ đã hành động trái phép thậm chí sau đó họ còn hành động một cách vô lễ nữa. Đặc biệt, rất dễ chúng ta sẽ hành động trái phép với những người gần gũi bên cạnh chúng ta. Đó là vì khi chúng ta cảm thấy thoải mái với một số người, chúng ta có xu hướng hành động bất lịch sự hoặc không có nghi thức xã giao đúng đắn.

Nhưng nếu chúng ta có tình yêu thật, chúng ta không bao giờ hành động trái phép. Giả sử bạn có một viên ngọc rất quý giá và đẹp. Vậy thì bạn có xem nó bất cẩn không? Bạn sẽ rất thận trọng và cẩn thận cầm nó để không vỡ, gây tổn hại hay làm mất nó. Cũng giống như vậy, nếu bạn thực sự yêu một ai đó, bạn sẽ đối xử với anh ấy quý báu như thế nào?

Có hai tình huống hành động trái phép: khiếm nhã trước Đức Chúa Trời và vô lễ với con người.

Hành Động Trái Phép với Đức Chúa Trời

Ngay cả trong số những người tin Đức Chúa Trời và nói rằng họ yêu mến Đức Chúa Trời, chúng ta vẫn thấy có nhiều người với những việc làm và lời nói của họ thì rất xa cách với Đức Chúa Trời. Ví dụ, ngủ gà ngủ gật trong các buổi nhóm là một trong những khiếm nhã chính trước mặt Đức Chúa Trời.

Ngủ gà ngủ gật trong buổi thờ phượng giống như ngủ gà ngủ gật trước sự hiện diện của Đức Chúa Trời. Khá bất lịch sự khi ngủ lơ mơ trước chủ tịch của một quốc gia hoặc chủ tịch hội đồng quản trị của công ty. Vậy thì, điều đó thật trái phép như thế nào nếu chúng ta ngủ gà ngủ gật trước Đức Chúa Trời? Sẽ không tin được bạn lại có thể tiếp tục tự cho mình là vẫn yêu mến Đức Chúa Trời. Hoặc, giả sử bạn đang gặp gỡ người yêu của bạn và bạn cứ ngủ gật trước mặt người đó. Vậy thì làm sao chúng tôi có thể nói là bạn thật sự yêu người đó?

Hơn nữa, nếu bạn nói chuyện riêng với những người bên cạnh bạn trong suốt buổi lễ thờ phượng hoặc nếu bạn mơ màng, thì đó cũng là đang hành động trái phép. Hành vi như thế này là một dấu hiệu cho thấy thái độ thờ phượng của bạn thiếu tôn kính và thiếu sự yêu mến Đức Chúa Trời.

Những hành vi như này cũng ảnh hưởng đến diễn giả. Giả sử có một tín hữu đang nói chuyện với một người ngồi bên cạnh anh ta, hoặc anh ta đang có những suy nghĩ vu vơ hoặc đang ngủ gà ngủ gật. Vậy thì người diễn giả có thể tự hỏi mình sứ điệp không hay phải không. Ông ấy có thể mất sự soi dẫn của Đức Thánh Linh, đến nỗi ông có thể không giảng với sự đầy dẫy Thánh Linh được nữa. Tất cả những hành động này cuối cùng cũng sẽ gây bất lợi cho các tín đồ khác.

Cũng giống như việc rời khỏi thánh đường giữa buổi nhóm. Tất nhiên, có một số tình nguyện viên phải ra ngoài vì nhiệm vụ của họ là giúp đỡ các buổi nhóm thờ phượng thì khác. Tuy nhiên, ngoại trừ những trường hợp thật đặc biệt, còn đúng là việc đi lại chỉ sau khi buổi nhóm đã hoàn toàn kết thúc. Một số người nghĩ, "Chúng tôi có thể vừa nghe sứ điệp," và vừa mới rời đi trước khi buổi nhóm chấm dứt, nhưng đây là hành động trái phép.

Buổi lễ thờ phượng ngày nay có thể so sánh tương đương với lễ dâng các của lễ thiêu trong thời Cựu Ước. Khi họ đã dâng các của lễ thiêu, họ phải sả con sinh tế ra thành từng miếng và sau đó họ xông hết mọi phần (Lê-vi Ký 1:9).

Theo ý nghĩa của ngày nay, thì điều đó có nghĩa là chúng ta phải dâng buổi lễ thờ phượng sao cho phải phép và toàn bộ buổi lễ thờ phượng từ đầu đến cuối theo một loạt các thủ tục và nghi thức. Chúng ta làm theo mọi thứ tự liên tiếp của buổi lễ thờ phượng bằng cả tấm lòng của chúng ta, bắt đầu với sự cầu nguyện thầm cho đến khi kết thúc bằng sự chúc phước hay đọc bài cầu nguyện chung. Khi chúng ta hát ngợi khen hay cầu nguyện, hoặc thậm chí trong thời gian dâng hiến và thông báo, chúng ta cũng phải dâng cả tấm lòng của chúng ta. Ngoài những buổi nhóm chính thức của hội thánh ra, bất cứ buổi nhóm cầu nguyện, buổi nhóm ngợi khen và thờ phượng, hay những buổi nhóm thờ phượng của tổ tế bào, thì chúng ta cũng phải dâng với cả tấm lòng của chúng ta.

Để thờ phượng Đức Chúa Trời bằng cả tấm lòng của chúng ta, trước hết, chúng ta không nên đến trễ trong buổi nhóm. Thật không phải nếu đến trễ trong các cuộc hẹn với những người khác, và bất kính làm sao khi trễ một cuộc hẹn với Đức Chúa Trời? Đức Chúa Trời luôn luôn đợi ở nơi thờ phượng để tiếp nhận sự thờ phượng của chúng ta.

Vì vậy, chúng ta không nên vừa đến trước khi buổi nhóm bắt đầu. Cách cư xử đúng là phải đến sớm hơn và cầu nguyện trong sự ăn năn và chuẩn bị cho buổi nhóm. Ngoài ra, sử dụng điện thoại di động trong giờ thờ phượng, để con trẻ chạy và chơi xung quanh trong giờ thờ phượng là hành động trái phép. Nhai kẹo cao su hoặc ăn thức ăn trong giờ thờ phượng là nằm trong nhóm hành động trái phép.

Diện mạo cá nhân mà bạn có cho sự thờ phượng cũng rất quan trọng. Thông thường, đi nhà thờ mà mặc quần áo ở nhà hoặc quần áo lao động thì không thích hợp chút nào. Vì trang phục là một cách để thể hiện sự tôn kính và tôn trọng của chúng ta đối với người khác. Con cái của Đức Chúa Trời là người thật sự tin Đức Chúa Trời biết Đức Chúa Trời quý báu như thế nào. Nên khi họ đến thờ phượng Ngài, họ đến trong trang phục sạch đẹp nhất họ có.

Tất nhiên, có thể có những trường hợp ngoại lệ. Đối với buổi nhóm Thứ Tư hoặc buổi nhóm thâu đêm tối Thứ Sáu, nhiều người từ nơi làm việc của họ đến thẳng nhà thờ. Vì họ vội vàng đến cho đúng giờ, họ có thể đến trong những bộ quần áo làm việc.

Trong trường hợp này, Đức Chúa Trời sẽ không nói họ hành động vô lễ nhưng thay vào đó Ngài sẽ vui mừng vì Ngài nhận mùi thơm từ tấm lòng của họ khi họ cố gắng đến đúng giờ nhóm thờ phượng ngay cả khi họ còn đang bận rộn với công việc của mình.

Đức Chúa Trời muốn có mối thông công ngọt ngào với chúng ta qua buổi nhóm thờ phượng và cầu nguyện. Đây là những nhiệm vụ mà con cái của Đức Chúa Trời phải làm. Đặc biệt, cầu nguyện là cuộc trò chuyện với Đức Chúa Trời. Đôi lúc, trong khi những người khác đang cầu nguyện, người nào đó có thể bấm vào họ để ngừng cầu nguyện vì có một trường hợp khẩn cấp.

Điều này cũng giống như ngắt lời những người khác khi họ đang có một cuộc trò chuyện với những người lớn hơn họ. Ngoài ra, khi bạn cầu nguyện, nếu bạn mở mắt và dừng cầu nguyện ngay lập tức chỉ vì ai đó đang gọi bạn, đó cũng là hành động trái phép. Trong trường hợp này, bạn nên kết thúc sự cầu nguyện trước, và sau đó mới trả lời.

Nếu chúng ta dâng sự thờ phượng và cầu nguyện bằng tâm thần và lẽ thật, Đức Chúa Trời sẽ ban lại cho chúng ta phước hạnh và phần thưởng. Ngài đáp lời cầu nguyện của chúng ta nhanh hơn. Đó là vì Ngài vui nhận mùi thơm từ tấm lòng của chúng ta. Nhưng nếu chúng ta chồng chất những hành vi bất kính trong một năm, hai năm, và cứ như vậy, sẽ tạo ra một bức tường tội lỗi chống nghịch lại Đức Chúa Trời. Ngay cả giữa người chồng và người vợ hoặc giữa cha mẹ và con cái, nếu mối quan hệ không duy trì tình yêu thương, thì sẽ có nhiều nan đề. Cũng giống như vậy với Đức Chúa Trời. Nếu chúng ta đã xây một bức tường giữa chúng ta với Đức Chúa Trời, chúng ta không thể được bảo vệ khỏi bệnh tật hoặc tai nạn, và chúng ta có thể phải đối mặt với các nan đề khác nhau. Chúng ta có thể không nhận được sự đáp lời cho những lời cầu nguyện của chúng ta, ngay cả khi chúng ta cầu nguyện một thời gian dài. Nhưng nếu chúng ta có thái độ đúng đắn trong sự thờ phượng và cầu nguyện, chúng ta có thể giải quyết được nhiều loại nan đề.

Nhà Thờ Là Nhà Thánh của Đức Chúa Trời

Nhà thờ là nơi Đức Chúa Trời ngự. Thi Thiên 11:4 nói, "Đức Giê-hô-va ngự trong đền thánh Ngài; Ngôi Ngài ở trên trời."
 Trong thời Cựu Ước, không phải ai cũng có thể đi vào nơi thánh. Chỉ có các thầy tế lễ mới có thể bước vào. Duy nhất mỗi năm một lần và chỉ thầy tế lễ thượng phẩm mới có thể bước vào nơi Chí Thánh ở trong Nơi Thánh. Nhưng ngày nay, nhờ ân điển của Chúa chúng ta, ai cũng có thể bước vào thánh đường và thờ phượng Ngài. Vì Chúa Giê-su đã cứu chuộc chúng ta khỏi mọi tội lỗi của chúng ta bằng huyết của Ngài, như đã nói trong Hê-bơ-rơ 10:19, "Hỡi anh em, vì chúng ta nhờ huyết Đức Chúa Giê-su được dạn dĩ vào nơi rất thánh."
 Thánh đường không chỉ có nghĩa là nơi chúng ta thờ phượng. Đó là tất cả không gian bên trong những ranh giới, bao gồm nhà thờ, trong đó có sân và tất cả các khu vực khác. Vì vậy, bất cứ chỗ nào chúng ta ở trong nhà thờ, chúng ta nên cẩn thận dù chỉ một từ hay một hành động. Chúng ta không được tức giận và cãi nhau, hoặc nói về những sự giải trí của thế gian hoặc những chuyện kinh doanh ở thánh đường. Điều đó cũng giống với việc bất cẩn cầm những đồ thánh của Đức Chúa Trời trong nhà thờ hoặc làm hỏng, vỡ, hoặc lãng phí.
 Đặc biệt, mua hoặc bán bất cứ thứ gì trong nhà thờ đều không được chấp nhận. Ngày nay, với sự phát triển của việc mua hàng trên mạng, một số người trả tiền cho những thứ họ đang mua trên mạng ở nhà thờ và nhận các món đó ở nhà thờ. Đây chắc chắn là

một giao dịch kinh doanh. Chúng ta phải nhớ rằng Chúa Giê-su đã đổ hết các bàn đổi tiền và đuổi những người bán súc vật để làm của tế lễ đi. Chúa Giê-su đã không chấp nhận ngay cả những con vật được dự định để làm của lễ đang được bán ở trong Đền Thờ. Vì thế, chúng ta không được mua hoặc bán bất cứ thứ gì trong nhà thờ vì các nhu cầu cá nhân. Điều đó giống như có một cái chợ ở sân nhà thờ.

Tất cả các nơi trong nhà thờ đều được đòi hỏi phải biệt riêng để thờ phượng Đức Chúa Trời và để có mối thông công với các anh chị em trong Chúa. Khi chúng ta cầu nguyện và thường có những buổi nhóm trong nhà thờ, chúng ta nên cẩn thận để không trở thành vô cảm về sự thánh khiết của nhà thờ. Nếu chúng ta yêu nhà thờ, chúng ta sẽ không hành động trái phép trong nhà thờ, như đã được chép trong Thi Thiên 84:10, "Vì một ngày trong hành lang Chúa đáng hơn một ngàn ngày khác. Thà tôi làm kẻ giữ cửa trong nhà Đức Chúa Trời tôi, hơn là ở trong trại kẻ dữ."

Hành Động Trái Phép Với Con Người

Kinh Thánh nói ai không yêu anh em mình thì không thể yêu Đức Chúa Trời. Nếu chúng ta hành động trái phép với người khác là những người có thể thấy, thì làm sao chúng ta có thể có sự tôn kính tối đa với Đức Chúa Trời là Đấng không thấy được?

"Ví có ai nói rằng: Ta yêu Đức Chúa Trời, mà lại ghét anh em mình, thì là kẻ nói dối; vì kẻ nào chẳng yêu anh em mình thấy, thì không thể yêu Đức Chúa Trời mình chẳng thấy được" (1 Giăng 4:20).

Chúng ta hãy xem xét những hành động bất xứng thông thường trong cuộc sống hàng ngày của chúng ta, mà chúng ta dễ dàng không để ý đến. Thông thường, nếu chúng ta tìm kiếm lợi ích riêng của chúng ta mà không nghĩ đến vị trí của người khác, thì sẽ phạm nhiều hành động vô lễ. Ví dụ, khi chúng ta nói chuyện trên điện thoại, chúng ta cũng phải giữ phép xã giao. Nếu chúng ta gọi điện vào lúc khuya hoặc ban đêm hay nói chuyện điện thoại lâu với một người rất bận rộn, điều đó gây bất lợi cho người ta. Trễ hẹn hay bất ngờ đến thăm nhà của ai đó hoặc đến không báo trước cũng là những ví dụ của bất lịch sự.

Người ta có thể nghĩ rằng, "Chúng ta rất thân với nhau và không phải hình thức thái quá để nghĩ về tất cả những điều đó giữa chúng ta phải không?" Bạn có thể có một mối quan hệ thực sự tốt để hiểu tất cả mọi thứ về người khác. Nhưng vẫn rất khó để hiểu được tấm lòng của người khác 100%. Chúng ta có thể nghĩ rằng chúng ta đang biểu lộ tình bạn của chúng ta cho người khác, nhưng người ấy có thể nhận thấy theo một cách khác. Do đó, chúng ta nên cố gắng nghĩ theo quan điểm của người khác xem. Chúng ta nên đặc biệt cẩn thận không hành động bất lịch sự với người khác nếu người ấy rất thân và thoải mái với chúng ta.

Nhiều lần chúng ta có thể nói những lời bất cẩn hoặc hành động bất cẩn làm tổn thương tình cảm, hay xúc phạm những người gần gũi nhất với chúng ta. Chúng ta hành động vô lễ với các thành viên trong gia đình hoặc bạn bè rất thân theo cách này, và cuối cùng mối quan hệ đó trở nên căng thẳng và có thể trở nên rất xấu. Ngoài ra, một số người già cư xử với người tuổi trẻ hơn hoặc những người ở vị trí thấp hơn cũng không đúng mực. Họ nói không có sự tôn trọng, hoặc họ có thái độ ra lệnh làm cho người khác cảm thấy khó chịu.

Nhưng ngày nay, khó tìm thấy những người hết lòng phục vụ

cha mẹ, thầy cô, và những người lớn tuổi, là những người chúng ta rõ ràng phải phục vụ. Một số người có thể nói những tình huống đó đã thay đổi, nhưng có những điều không bao giờ thay đổi. Lê-vi Ký 19:32 nói, "Trước mặt người tóc bạc, ngươi hãy đứng dậy, kính người già cả, và kính sợ Đức Chúa Trời ngươi. Ta là Đức Giê-hô-va."

Ý muốn của Đức Chúa Trời đối với chúng ta là phải làm trọn bổn phận của chúng ta ngay cả với con người. Con cái của Đức Chúa Trời cũng phải giữ luật pháp và trật tự của thế gian này chứ không phải là hành động trái phép. Ví dụ, nếu chúng ta gây ra một chấn động ở nơi công cộng, khạc nhổ trên đường phố, hoặc vi phạm luật giao thông, đó là đang hành động trái phép với nhiều người. Chúng ta là Cơ-đốc-nhân, được cho là ánh sáng và muối của thế gian, và do đó chúng ta phải rất thận trọng trong lời nói, hành động và cách xử sự của chúng ta.

Luật của Tình Yêu Thương là Tiêu Chuẩn Cuối Cùng

Hầu hết mọi người dành phần lớn thời gian của mình với những người khác, gặp gỡ và nói chuyện với họ, ăn uống với họ, và làm việc với họ. Đến một chừng mực, có nhiều loại văn hóa xã giao trong đời sống hàng ngày của chúng ta. Nhưng mọi người đều có một mức độ giáo dục khác nhau, và các nền văn hóa khác nhau ở các nước khác nhau và giữa các chủng tộc khác nhau. Vậy thì, tiêu chuẩn trong cách cư xử của chúng ta phải là gì?

Đó là luật của tình yêu thương, luật đó ở trong lòng của chúng ta. Luật của tình yêu thương nói đến luật pháp của Đức Chúa Trời, chính Ngài là sự yêu thương. Ấy là tới mức chúng ta dấu Lời Đức Chúa Trời trong lòng chúng ta và thực hành theo Lời Chúa, chúng ta sẽ có những thái độ của Chúa và không hành động trái phép. Một ý nghĩa nữa trong luật của tình yêu thương là 'quan tâm'.

Một người đang đi bên đường của mình vào một đêm tối với một cái đèn trong tay. Một người nữa đang đi bên đường của mình theo hướng ngược lại, và khi anh ta nhìn thấy người đàn ông này với cái đèn, anh ta nhận thấy là người này bị mù. Vậy nên anh hỏi tại sao người này mang theo một cái đèn mặc dù người này không thể nhìn thấy. Thì người này đã trả lời, "Đó là để bạn sẽ không đụng vào tôi. Đèn này là dành cho bạn." Chúng ta có thể cảm nhận được điều gì đó về sự quan tâm từ câu chuyện này.

Sự quan tâm của những người khác, mặc dù có vẻ như bình thường, nhưng có sức mạnh tuyệt vời để cảm động tấm lòng của mọi người. Những hành động trái phép xuất phát từ việc không được sự quan tâm của những người khác, điều đó có nghĩa là thiếu tình yêu thương. Nếu chúng ta thực sự yêu thương người khác, chúng ta sẽ luôn luôn được sự quan tâm của họ và không hành động trái phép.

Trong nông nghiệp nếu bỏ mặc không chăm bón những trái xấu giữa vòng những trái tốt, thì các trái xấu đó phát triển sẽ chỉ lấy các chất dinh dưỡng có sẵn, nên chúng sẽ có vỏ rất dày và vị của chúng cũng sẽ không được ngon lắm. Nếu chúng ta không được sự quan tâm của những người khác, ngay lúc ấy chúng ta có thể đang có được tất cả những thứ sẵn có, nhưng chúng ta sẽ chỉ trở thành người khó chịu và dày vỏ như các loại trái cây suy dinh dưỡng.

Vì thế, cũng giống như Cô-lô-se 3:23 nói, "Hễ làm việc gì, hãy hết lòng mà làm, như làm cho Chúa, chớ không phải làm cho người ta," chúng ta nên phục vụ mọi người với sự tôn trọng hết mức như cách chúng ta phục vụ Chúa.

7. Tình yêu thương chẳng kiếm tư lợi

Trong thế giới hiện đại này, không khó tìm thấy sự ích kỷ. Mọi người kiếm tư lợi của họ chứ không vì lợi chung. Ở một số nước họ cho hóa chất độc hại vào trong sữa bột dành cho trẻ sơ sinh. Một số người gây ra thiệt hại lớn cho đất nước của họ bằng cách ăn cắp công nghệ, là thứ rất quan trọng đối với đất nước của họ.

Do nạn đề 'không phải sân sau của tôi', điều đó khó cho chính phủ để xây dựng các cơ sở công cộng như bãi rác hoặc các lò thiêu công cộng. Người ta không quan tâm đến lợi ích của người khác nhưng chỉ quan tâm đến phúc lợi riêng của họ. Mặc dù không cực đoan như những trường hợp này, nhưng chúng ta cũng có thể tìm thấy nhiều hành động ích kỷ trong cuộc sống hàng ngày của chúng ta.

Ví dụ, một số bạn đồng nghiệp hoặc bạn bè cùng nhau đi ăn. Họ phải chọn ăn món gì, và một người trong số họ cứ nhất định chọn những món anh ấy muốn ăn. Người khác theo những gì người này muốn, nhưng trong lòng ông ấy không thấy thoải mái về điều này. Tuy nhiên người khác luôn luôn hỏi ý kiến của người này trước. Vậy thì, ông ấy có thích những món ăn mà người khác đã chọn, ông ấy có luôn luôn ăn với niềm vui không. Bạn thuộc loại người nào trong đó?

Một nhóm người đang có cuộc họp để chuẩn bị cho một sự kiện. Họ có nhiều ý kiến khác nhau có sẵn. Một người cố gắng thuyết phục những người khác cho đến khi những người khác đồng ý với mình. Một người khác không nhấn mạnh vào ý kiến của mình nhiều lắm, nhưng khi anh ấy không thích ý kiến của người khác, anh ấy tỏ ra miễn cưỡng, nhưng chấp nhận.

Tuy nhiên có người thì nghe bất cứ khi nào những người khác đưa ra ý kiến của họ. Và, ngay cả khi ý kiến của họ khác với ý kiến của ông, ông vẫn cố gắng theo ý kiến của họ. Sự khác nhau như vậy xuất phát từ lượng tình yêu thương mỗi người có trong lòng mình.

Nếu có sự xung đột về ý kiến dẫn đến cãi vã hay tranh luận, đó là vì người ta đang kiếm tư lợi của họ, chỉ khăng khăng đòi theo ý kiến của mình. Nếu một cặp vợ chồng chỉ khăng khăng ý kiến của mình mà thôi, thì họ sẽ liên tục có mâu thuẫn và họ sẽ không thể hiểu nhau. Họ có thể có sự bình an nếu họ nhường nhau và hiểu nhau, nhưng sự bình an thường bị phá vỡ vì họ khăng khăng đòi theo ý kiến của mình.

Nếu chúng ta yêu ai đó, chúng ta sẽ chăm sóc cho người đó nhiều hơn bản thân mình. Hãy xem tình yêu thương của cha mẹ. Hầu hết các bậc cha mẹ nghĩ đến con cái của họ trước hơn là nghĩ đến họ trước. Vậy nên, các bà mẹ sẽ thích nghe người ta nói "con gái của bạn rất xinh đẹp," hơn là nghe "Bạn xinh đẹp."

Thay vì bản thân họ ăn ngon, họ cảm thấy hạnh phúc hơn khi con mình ăn ngon. Thay vì bản thân họ mặc quần áo đẹp, họ cảm thấy hạnh phúc hơn để mặc cho con cái của họ những bộ quần áo đẹp. Ngoài ra, họ muốn con cái họ thông minh hơn chính họ. Họ muốn con cái của họ được người khác thừa nhận và yêu thương. Nếu chúng ta cho những người hàng xóm của chúng ta và những người khác loại tình yêu này, thì Đức Chúa Trời sẽ đẹp lòng với chúng ta như thế nào!

Áp-ra-ham Đã Tìm Kiếm Lợi Cho Người Khác Bằng Tình Yêu Thương

Đặt lợi ích của người khác trước lợi ích của riêng chúng ta xuất phát từ tình yêu hy sinh. Áp-ra-ham là một gương mẫu tốt về một người đã tìm kiếm lợi ích cho người khác trước hơn là tìm kiếm lợi ích của riêng mình trước.

Khi Áp-ra-ham rời khỏi quê hương của mình, cháu trai của ông là Lót đã theo ông. Lót cũng nhận được nhiều phước hạnh nhờ Áp-ra-ham và đã có rất nhiều súc vật đến nỗi không có đủ nước để nuôi cả bầy súc vật của Áp-ra-ham và của Lót. Đôi khi những người chăn thuê của cả hai bên có những sự tranh cãi.

Áp-ra-ham không muốn sự hòa bình bị phá vỡ, và ông đã cho Lót quyền chọn bất cứ phía đất nào Lót muốn trước và ông sẽ rời qua phía còn lại. Phía đất quan trọng nhất để chăm sóc đàn súc vật là cỏ và nước. Nơi họ ở không có đủ cỏ và nước cho tất cả đàn gia súc, và phải nhường phần đất tốt hơn thì cũng giống như là từ bỏ những thứ cần thiết để gia súc sống sót.

Áp-ra-ham có thể có sự quan tâm về Lót nhiều như vậy vì Áp-ra-ham rất yêu Lót. Nhưng Lót thực sự không hiểu được tình yêu này của Áp-ra-ham; Lót chỉ chọn phần đất tốt hơn, thung lũng Giô-đanh và bên tả. Áp-ra-ham có cảm thấy khó chịu khi thấy Lót ngay lập tức đã chọn mà không hề do dự chỗ nào là tốt cho ông không? Không đâu! Ông rất vui vì cháu trai của ông đã lấy phần đất tốt.

Đức Chúa Trời thấy lòng tốt của Áp-ra-ham và ban phước cho ông bất cứ nơi nào ông đi đến. Ông trở nên một người giàu có đến nỗi ông được các vua ở trong vùng đó tôn trọng. Như đã minh họa ở đây, chúng ta chắc chắn sẽ nhận được phước hạnh của Đức Chúa Trời nếu chúng ta tìm kiếm lợi ích cho người khác trước và không kiếm tư lợi của mình.

Nếu chúng ta cho những người thân yêu của chúng ta một thứ gì đó của riêng chúng ta, thì niềm vui sẽ lớn hơn bất cứ thứ gì khác. Đó là một loại niềm vui mà chỉ có những người đã cho người thân yêu của họ một thứ gì đó rất quý giá mới có thể hiểu được. Chúa Giê-su đã vui hưởng niềm vui như vậy. Hạnh phúc lớn nhất này có thể có được khi chúng ta nuôi dưỡng tình yêu trọn vẹn. Thật khó để cho những người mà chúng ta ghét, nhưng không khó để cho những người mà chúng ta yêu thương. Chúng ta sẽ vui mừng ban cho.

Để Vui Hưởng Niềm Hạnh Phúc Lớn Nhất

Tình yêu trọn vẹn cho chúng ta tận hưởng hạnh phúc lớn nhất. Và để có tình yêu trọn vẹn giống như Chúa Giê-su, chúng ta phải nghĩ đến người khác trước. Thay vì chính chúng ta, thì những người lân cận chúng ta, Đức Chúa Trời, Chúa, và hội thánh phải là ưu tiên của chúng ta, và nếu chúng ta làm như vậy, Đức Chúa Trời sẽ chăm sóc chúng ta. Ngài ban lại cho chúng ta những điều tốt hơn khi chúng ta tìm kiếm lợi ích cho người khác. Ở Thiên Đàng sẽ tích trữ các phần thưởng của chúng ta. Đó là lý do tại sao Đức Chúa Trời phán, trong Công Vụ 20:35, "Ban cho thì có phước hơn là nhận lãnh."

Ở đây, chúng ta phải hiểu rõ một điều. Chúng ta không được gây ra những nan đề về sức khỏe cho chính mình do làm việc trung tín cho vương quốc của Đức Chúa Trời vượt quá giới hạn về sức mạnh vật lý của chúng ta. Đức Chúa Trời sẽ nhận tấm lòng của chúng ta nếu chúng ta cố gắng trung tín vượt quá những giới hạn của chúng ta. Nhưng thân thể vật lý của chúng ta cần nghỉ ngơi. Chúng ta cũng phải chăm sóc cho sự thịnh vượng của linh hồn chúng ta bằng cách cầu nguyện, kiêng ăn, và học hỏi Lời Đức Chúa Trời, chứ không chỉ làm việc cho nhà thờ thôi.

Một số người gây bất lợi hoặc gây tổn hại đến các thành viên trong gia đình hoặc những người khác do dành quá nhiều thời gian vào các hoạt động tôn giáo hay các hoạt động trong nhà thờ. Ví dụ, một số người không thể thực hiện được hết nhiệm vụ của họ trong công việc vì họ đang kiêng ăn. Một số học sinh có thể bỏ bê việc học tập của họ để tham gia các hoạt động trường Chúa Nhật.

Trong các trường hợp trên, họ có thể nghĩ là họ không kiếm tư lợi, vì họ vẫn đang làm việc chăm chỉ. Tuy nhiên, thực sự không đúng. Mặc dù thực tế họ làm việc cho Chúa, nhưng họ không trung tín trong cả nhà Đức Chúa Trời, và như vậy có nghĩa là họ đã không làm trọn phận sự của con cái Đức Chúa Trời. Rốt cuộc, họ chỉ kiếm tư lợi cho riêng họ.

Bây giờ, chúng ta nên làm gì để tránh kiếm tư lợi trong mọi sự? Chúng ta phải trông cậy vào Thánh Linh. Đức Thánh Linh, Ngài là trái tim của Đức Chúa Trời, Ngài sẽ dẫn dắt chúng ta vào lẽ thật. Chúng ta chỉ có thể sống vì sự vinh hiển của Đức Chúa Trời, nếu chúng ta làm được mọi sự là do sự dẫn dắt của Đức Thánh Linh cũng giống như Sứ Đồ Phao-lô nói: "Vậy, anh em hoặc ăn, hoặc uống, hay là làm sự chi khác, hãy vì sự vinh hiển Đức Chúa Trời mà làm" (1 Cô-rinh-tô 10:31).

Để có thể làm được như trên, chúng ta phải cắt bỏ sự gian ác ra khỏi tấm lòng của chúng ta. Hơn nữa, nếu chúng ta nuôi dưỡng tình yêu thật trong lòng của chúng ta, thì sự khôn ngoan tốt lành sẽ đến với chúng ta để chúng ta có thể phân biệt được ý muốn của Đức Chúa Trời trong mọi hoàn cảnh. Như đã nói ở trên, nếu linh hồn chúng ta được thịnh vượng, tất cả mọi thứ tốt lành sẽ theo chúng ta và chúng ta cũng sẽ được khỏe mạnh, vì vậy chúng ta có thể trung tín với Đức Chúa Trời đến mức đầy trọn nhất. Chúng ta cũng sẽ được những người hàng xóm và những thành viên trong gia đình của chúng ta yêu thương.

Khi những người vừa mới lập gia đình đến nhận sự cầu nguyện chúc phước của tôi, tôi luôn luôn cầu nguyện cho họ là họ sẽ tìm kiếm lợi ích cho nhau trước. Nếu họ bắt đầu tìm kiếm tư lợi, họ sẽ không thể có sự bình yên trong gia đình.

Chúng ta có thể tìm kiếm lợi ích cho những người mà chúng ta yêu thương hoặc những người có thể có lợi cho chúng ta. Nhưng còn về những người hay cằn nhằn với chúng ta trong mọi vấn đề và luôn luôn làm theo những lợi ích riêng của họ thì sao? Và, còn những người gây thiệt hại hoặc khiến cho chúng ta bị thiệt hại, hoặc những người không thể cho chúng ta bất cứ lợi ích gì thì sao? Chúng ta đối xử với những người cư xử không chân thật và lúc nào cũng nói những lời gian ác như thế nào?

Trong những trường hợp đó, nếu chúng ta cũng tránh xa họ hoặc nếu chúng ta không sẵn lòng hy sinh vì họ, có nghĩa là chúng ta vẫn tìm kiếm tư lợi của mình. Chúng ta phải có thể hy sinh chính mình và nhường đường cho ngay cả những người có những ý tưởng khác với chúng ta. Chỉ như thế chúng ta mới có thể là những người biết quan tâm, những người biết ban cho tình yêu thuộc linh.

8. Tình yêu thương chẳng nóng giận

Tình yêu làm cho tấm lòng của con người tích cực. Mặt khác, sự giận dữ làm cho tấm lòng của con người tiêu cực. Sự giận dữ làm tổn thương tấm lòng và làm cho nó bi quan. Vì vậy, nếu bạn tức giận, bạn không thể ở trong sự yêu thương của Đức Chúa Trời. Những cạm bẫy chính mà kẻ thù là Sa-tan và ma quỷ giăng ra cho con cái của Đức Chúa Trời là thù ghét và giận dữ.

Nóng giận không chỉ giận dữ, la hét, chửi rủa, mà còn trở thành bạo lực. Nếu khuôn mặt của bạn trở nên bị biến dạng, nếu mặt của bạn bị biến sắc, và nếu cách nói của bạn trở nên cộc lốc, đó là một phần của hành vi nóng giận. Mặc dù mức độ nóng giận khác nhau trong mỗi trường hợp, nhưng vẫn là biểu hiện bên ngoài của sự thù ghét và oán hận trong lòng. Nhưng như vậy, mới chỉ nhìn biểu hiện bề ngoài của người ấy, chúng ta không nên phán xét hay lên án người khác, cho là người ấy đang tức giận. Thật không dễ cho bất cứ ai hiểu được chính xác tấm lòng của người khác.

Một lần Chúa Giê-su đuổi những người bán đồ ở trong Đền Thờ. Những người buôn bán lập ra những cái bàn đổi tiền và bán các con vật cho người ta đến Đền Thờ Giê-ru-sa-lem để giữ Lễ Vượt Qua. Chúa Giê-su rất nhẹ nhàng; Ngài không cãi nhau, hay la hét và không ai nghe thấy tiếng Ngài ở ngoài đường. Nhưng nhìn thấy cảnh này, thái độ của Ngài rất khác so với bình thường.

Ngài đã bện một cái roi bằng dây và đuổi hết chiên, bò, và các con vật khác. Ngài đã lật đổ bàn của những người đổi tiền và những người bán bồ câu. Khi ấy những người xung quanh Ngài thấy Chúa Giê-su như thế này, họ có thể đã nghĩ rằng Ngài đang giận dữ. Nhưng vào lúc này, không phải là Ngài giận vì một số những oán giận giống như thù ghét. Ngài chỉ phẫn nộ chính đáng. Bằng sự phẫn nộ chính đáng của Ngài, Ngài cho chúng ta nhận biết rằng những điều trái phép làm ô uế Đền Thờ của Đức Chúa Trời không thể dung thứ được. Loại phẫn nộ chính đáng này là do lòng yêu mến Đức Chúa Trời, Đấng làm cho tình yêu trọn vẹn bằng sự công chính của Ngài.

Sự Khác Biệt Giữa Phẫn Nộ Chính Đáng Và Giận Dữ

Mác chương 3, trong ngày Sa-bát Chúa Giê-su đã chữa lành cho một người trong nhà hội, người bị teo bàn tay. Người ta rình xem thử Chúa Giê-su có chữa lành cho người đó vào ngày Sa-bát không để họ có thể cáo Ngài vì đã phạm ngày Sa-bát. Bấy giờ, Chúa Giê-su biết rõ lòng của họ và rồi Ngài hỏi họ rằng: "Trong ngày Sa-bát, nên làm việc lành hay việc dữ, cứu người hay giết người?" (Mác 3:4)

Mục đích của họ đã bị lột trần, và họ không còn lời nào để nói nữa. Chúa Giê-su giận vì lòng cứng cỏi của họ.

"Bấy giờ, Ngài lấy mắt liếc họ, vừa giận vừa buồn vì lòng họ cứng cỏi, rồi phán cùng người nam rằng: Hãy giơ tay ra. Người giơ ra, thì tay được lành" (Mác 3:5).

Khi ấy, những kẻ gian ác chỉ cố gắng lên án và tìm cách giết Chúa Giê-su, Đấng đang làm những việc lành. Vì vậy, đôi khi Chúa Giê-su đã dùng những sự biểu lộ mạnh với họ. Để cho họ nhận ra và xoay bỏ khỏi con đường của sự hủy diệt. Tương tự như vậy, sự phẫn nộ chính đáng của Chúa Giê-su được bắt nguồn từ tình yêu của Ngài. Đôi lúc sự phẫn nộ này làm tỉnh thức mọi người và dẫn họ đến sự sống. Như vậy thì nóng giận và phẫn nộ chính đáng hoàn toàn khác nhau. Chỉ khi người ấy đã trở nên thánh và không có tội lỗi gì, thì những sự quở trách và khiển trách của người mới đem sự sống đến cho các linh hồn được. Nhưng nếu không có sự nên thánh trong lòng, thì người ta không thể sinh ra loại bông trái này được.

Có nhiều lý do tại sao người ta giận dữ. Thứ nhất, đó là bởi vì những ý tưởng của người ta và những gì họ mong muốn đều khác nhau. Mọi người đều có hoàn cảnh gia đình và giáo dục khác nhau, nên tấm lòng và những suy nghĩ của họ, cùng các tiêu chuẩn đánh giá cũng đều khác nhau. Nhưng họ cố gắng làm cho người khác phù hợp với ý tưởng của mình, và trong quá trình này họ có những cảm xúc khó chịu.

Giả sử người chồng thích thức ăn mặn trong khi vợ thì không thích. Người vợ có thể nói, "Mặn quá không tốt cho sức khỏe của anh, và anh nên ăn nhạt hơn." Cô đưa ra lời khuyên về sức khỏe của chồng. Nhưng nếu người chồng không muốn điều đó, thì cô không nên khăng khăng đòi theo ý mình. Họ nên tìm cách để cả hai đều phải nhường nhau. Họ có thể tạo ra một gia đình hạnh phúc khi họ cùng nhau cố gắng.

Thứ hai, một người có thể giận dữ khi những người khác không nghe lời ông. Nếu ông ấy là người lớn tuổi hơn hoặc ở địa vị cao hơn, ông ấy muốn người khác phải nghe lời ông. Tất nhiên, đúng là phải tôn trọng những người lớn tuổi hơn và phải vâng lời những người đang ở vị trí dẫn dắt trong hệ thống cấp bậc, nhưng cũng không đúng cho những người này ép buộc những người đang ở vị trí thấp hơn phải vâng lời.

Có những trường hợp thì người ở vị trí cao hơn không nghe cấp dưới bất cứ điều gì nhưng chỉ muốn họ làm theo lời ông ấy nói một cách vô điều kiện. Trong các trường hợp khác thì người ta giận dữ khi họ bị mất mát hoặc bị đối xử bất công. Ngoài ra, một người có thể giận dữ khi người ta bực bội với mình mà không có lý do, hoặc khi mọi việc không được thực hiện như mình đã yêu cầu hoặc đã hướng dẫn; hoặc khi người ta chửi rủa hay xúc phạm mình.

Trước khi họ giận dữ, họ đã có cảm giác khó chịu trong lòng của họ trước. Lời nói hoặc hành động của người khác kích thích những cảm giác như vậy của họ. Cuối cùng, cảm giác nóng giận trở thành giận dữ. Thường thì, cảm giác khó chịu là bước đầu tiên để đi đến sự giận dữ. Chúng ta không thể ở trong sự yêu thương của Đức Chúa Trời và sự tăng trưởng thuộc linh bị ngăn trở nghiêm trọng nếu chúng ta giận dữ.

Chỉ cần chúng ta có những cảm giác khó chịu thì chúng ta không thể biến đổi chính mình bằng lẽ thật được, và chúng ta phải giữ mình không nóng giận, cắt bỏ sự giận dữ. 1 Cô-rinh-tô 3:16 nói, "Anh em há chẳng biết mình là đền thờ của Đức Chúa Trời, và Thánh Linh Đức Chúa Trời ở trong anh em sao?"

Chúng ta hãy nhận biết rằng Đức Thánh Linh đang nắm lấy tấm lòng của chúng ta như là đền thờ và ở đó Đức Chúa Trời luôn luôn canh giữ chúng ta, để chúng ta sẽ không nóng giận chỉ vì một số điều bất đồng với những ý kiến riêng của chúng ta.

Cơn Giận của Con Người Không Làm Nên Sự Công Bình của Đức Chúa Trời

Trường hợp của Ê-li-sê, ông đã được thần của Ê-li cảm động gấp đôi và thực hiện nhiều công việc về quyền năng của Đức Chúa Trời hơn. Ông đã cho một người phụ nữ son sẻ phước lành của sự thọ thai; ông đã làm người chết sống lại, chữa lành những người phung, và đánh bại một đội quân thù nghịch. Ông đã biến nước không thể uống được thành nước uống được bằng cách đổ muối xuống nước. Tuy nhiên, ông lại chết vì một căn bệnh, là một điều hiếm có đối với một đấng tiên tri lớn của Đức Chúa Trời.

Lý do có thể là gì? Đó là khi ông trên đường đi lên Bê-tên. Có những đứa trẻ ở trong thành này đi ra và nhạo báng ông, vì ông không có tóc và diện mạo của ông không được đẹp. "Ớ lão trọc, hãy lên! Ớ lão trọc, hãy lên!" (2 Các Vua 2:23)

Không chỉ một vài đứa trẻ, mà là rất nhiều đứa trẻ đã đi theo và chế giễu Ê-li-sê, ông lúng túng. Ông khuyên chúng và mắng chúng, nhưng chúng không nghe. Chúng đã rất bướng bỉnh làm cho ông bực bội, và Ê-li-sê không thể chịu nổi.

Bê-tên là nơi thờ cúng thần tượng ở miền Bắc Y-sơ-ra-ên sau khi chia nước. Những đứa trẻ ở trong khu vực đó phải có tấm lòng cứng cỏi do môi trường thờ phượng thần tượng. Chúng có thể đã chặn đường, nhổ vào Ê-li-sê, hoặc thậm chí đã ném đá vào ông. Cuối cùng Ê-li-sê đã rủa sả chúng. Hai con gấu cái ra khỏi rừng và giết chết bốn mươi hai đứa trong bọn chúng.

Tất nhiên, chúng chuốc lấy cho mình điều đó vì cớ chúng chế nhạo người của Đức Chúa Trời vượt quá giới hạn, nhưng điều đó chứng tỏ Ê-li-sê đã có những sự khó chịu. Việc này không phải không liên quan đến thực tế là ông chết vì một căn bệnh. Chúng ta có thể thấy rằng con cái của Đức Chúa Trời nóng giận là không đúng. "Vì cơn giận của người ta không làm nên sự công bình của Đức Chúa Trời" (Gia-cơ 1:20).

Để Không Bị Nóng Giận

Chúng ta phải làm gì để không giận dữ? Chúng ta phải nén nó xuống bằng sự tự chủ phải không? Khi chúng ta ấn một vật cứng co dãn, thì có một lực rất mạnh bật lại và nhảy xuống vào lúc chúng ta lấy tay ra. Điều đó cũng giống như sự giận dữ. Nếu chúng ta cứ nén nó xuống, chúng ta có thể tránh được những xung đột lúc đó, nhưng cuối cùng sớm hay muộn nó cũng sẽ bùng nổ thôi. Vì thế, để không bị nóng giận, chúng ta phải thoát khỏi chính cảm giác giận dữ. Chúng ta không phải chỉ nén nó xuống nhưng phải biến sự giận dữ của chúng ta thành sự nhân từ và tình yêu thương để chúng ta sẽ không phải nén chịu bất cứ điều gì.

Tất nhiên, chúng ta không thể cắt bỏ hết những cảm giác khó chịu qua một đêm và thay thế chúng bằng sự nhân từ và tình yêu thương. Chúng ta cần phải liên tục cố gắng từng ngày. Trước tiên, trong một tình huống nóng giận, chúng ta phải dâng tình huống đó cho Đức Chúa Trời và nhịn nhục. Người ta nói rằng trong bài nghiên cứu của Thomas Jefferson, Tổng Thống thứ ba của Hoa Kỳ, đã viết, "Khi tức giận, đếm đến mười trước khi bạn nói; nếu rất tức giận, đếm đến một trăm." Một câu nói của người Hàn Quốc thường nói "Ba lần nhịn nhục sẽ ngăn được một vụ giết người."

Khi tức giận, chúng ta nên lùi lại và suy nghĩ xem các loại lợi ích gì sẽ mang lại cho chúng ta nếu chúng ta tức giận. Sau đó, chúng ta sẽ không làm bất cứ điều gì khiến chúng ta phải hối hận hay bất cứ điều gì khiến chúng ta phải xấu hổ nữa. Khi chúng ta đã cố gắng nhịn nhục bằng những lời cầu nguyện và sự vùa giúp của Đức Thánh Linh, chúng ta sẽ sớm cắt bỏ đi được chính cảm giác xấu của giận dữ. Nếu trước đó chúng ta đã giận dữ mười lần, con số này sẽ giảm xuống chín và kế đến tám rồi tiếp tục. Sau đó, chúng ta sẽ chỉ còn có sự bình an ngay cả trong một tình huống khiến nóng giận. Khi ấy chúng ta sẽ hạnh phúc biết bao!

Châm ngôn 12:16 nói, "Sự giận dữ của kẻ ngu muội liền lộ ra tức thì; Còn người khôn khéo che lấp sỉ nhục mình." và Châm ngôn 19:11 nói, "Sự khôn ngoan của người khiến cho người chậm nóng giận; Và người lấy làm danh dự mà bỏ qua tội phạm."

'Giận dữ' trong tiếng Anh 'Anger' là chữ 'Danger' 'Nguy hiểm' tách chữ 'D' ra. Chúng ta có thể nhận ra được sự nguy hiểm của giận dữ như thế nào. Kẻ chiến thắng cuối cùng sẽ là người biết nhịn nhục. Một số người rèn luyện tính tự chủ khi ở trong nhà thờ ngay cả trong những tình huống mà có thể làm cho họ nóng giận, nhưng họ lại dễ dàng nóng giận ở nhà, trường học, hoặc nơi làm việc. Đức Chúa Trời không phải chỉ có ở nhà thờ.

Ngài biết cả khi chúng ta ngồi khi chúng ta đứng, và Ngài biết từng từ chúng ta nói và từng suy nghĩ chúng ta có. Ngài nhìn thấy chúng ta ở khắp mọi nơi, và Đức Thánh Linh đang ngự trong lòng chúng ta. Vì thế, chúng ta phải sống như thế lúc nào chúng ta cũng đứng trước mặt Đức Chúa Trời.

Một cặp vợ chồng nào đó đang tranh cãi, và người chồng tức giận hét vào mặt người vợ là câm mồm đi. Người vợ rất sốc nên cô đã không mở miệng nói một lần nào nữa cho đến khi cô qua đời. Người chồng đã ném cơn giận của mình vào vợ còn người vợ thì rất đau khổ. Nóng giận có thể làm cho nhiều người phải đau khổ, và chúng ta cần phải cố gắng thoát khỏi tất cả các sự khó chịu này.

9. Tình yêu thương chẳng nghi ngờ sự dữ

Trong chức vụ hướng dẫn của tôi, tôi đã gặp rất nhiều người. Một số người cảm thấy xúc động về tình yêu của Đức Chúa Trời đến nỗi chỉ nghĩ về Ngài thì bắt đầu rơi nước mắt trong khi những người khác có điều phiền muộn trong lòng vì họ không cảm nhận sâu sắc được tình yêu của Đức Chúa Trời trong lòng họ mặc dù họ tin và yêu mến Ngài.

Mức độ chúng ta cảm nhận được tình yêu của Đức Chúa Trời phụ thuộc vào mức độ chúng ta cắt bỏ tội lỗi và điều ác. Đến mức chúng ta sống theo Lời Đức Chúa Trời và cắt bỏ mọi điều ác trong lòng, thì chúng ta có thể cảm nhận được tình yêu của Đức Chúa Trời cách sâu sắc trong lòng và không ngừng tăng trưởng đức tin của chúng ta. Đôi khi chúng ta có thể gặp khó khăn trong hành trình đức tin, nhưng trong những lần như vậy chúng ta phải nhớ đến tình yêu của Đức Chúa Trời, Đấng đang chờ đợi chúng ta mọi lúc. Miễn là chúng ta nhớ đến tình yêu của Ngài, chúng ta sẽ không nghi ngờ sự dữ.

Nghi Ngờ Sự Dữ

Trong cuốn sách Chữa Lành Đời Sống Nghiện Ẩn, Tiến sĩ Archibald D. Hart, cựu Hiệu Trưởng Trường Tâm Lý Học ở Fuller Theological Seminary, nói rằng cứ bốn thanh niên ở Mỹ thì có một đang ở tình trạng suy thoái nghiêm trọng, và tình trạng suy thoái đó là, ma túy, tình dục, In-ter-net, uống rượu, và hút thuốc đang phá hoại cuộc sống của những người trẻ.

Khi người nghiện ngừng sử dụng các chất kích thích sẽ làm thay đổi suy nghĩ, cảm giác và hành vi, chúng có thể còn lại một ít không thay đổi, nếu có những kỹ năng đối phó. Người nghiện có thể chuyển sang những hành vi nghiện khác mà có thể điều khiển hóa học trong não thoát ra. Những hành vi nghiện này có thể bao gồm tình dục, tình yêu và mối quan hệ. Họ không thể có được sự thỏa lòng thực sự với bất cứ điều gì, và họ cũng không thể cảm nhận được ân điển và sự vui mừng đến từ mối quan hệ với Đức Chúa Trời, và do đó họ đang có bệnh nặng, theo tiến sĩ Hart. Nghiện là nỗ lực để có được sự thỏa lòng từ những thứ khác hơn là có ân điển và niềm vui do Đức Chúa Trời ban cho, và đó là kết quả của việc phớt lờ Đức Chúa Trời. Một người nghiện về cơ bản lúc nào cũng sẽ nghĩ đến sự dữ.

Bây giờ, sự dữ là gì? Là tất cả mọi điều ác, là những thứ không theo đúng ý muốn của Đức Chúa Trời. Suy nghĩ về điều ác có thể thường được phân ra thành ba loại.

Thứ nhất là tư tưởng của bạn, bạn muốn cái gì đó đi ngược lại với những người khác.

Ví dụ, bạn đã có một cuộc tranh cãi với ai đó. Rồi, bạn ghét anh ta lắm đến nỗi bạn suy nghĩ là, "Tôi ước gì anh ta sẽ bị vấp và ngã xuống." Bạn cũng không có mối quan hệ tốt với một người hàng xóm, và có điều gì đó xấu xảy ra với anh ấy. Thế là bạn nghĩ, "Tốt cho anh ta!" hoặc "Tôi biết nó sẽ xảy ra!" Trong trường hợp của các sinh viên, một sinh viên nào đó có thể muốn một người bạn cùng lớp của mình không làm bài thi tốt.

Nếu bạn có tình yêu thật trong bạn, bạn sẽ không bao giờ nghĩ đến những điều ác như vậy. Bạn có muốn những người thân yêu của bạn bị bệnh hoặc gặp tai nạn không? Bạn sẽ luôn luôn muốn người vợ thân yêu của bạn hoặc người chồng thân yêu của bạn luôn khỏe mạnh và không bị bất cứ tai nạn nào. Vì chúng ta không có tình yêu trong lòng chúng ta, chúng ta muốn cái gì đó đi ngược lại với những người khác, và chúng ta vui mừng với nỗi bất hạnh của người khác.

Ngoài ra, chúng ta muốn biết những cái xấu hay điểm yếu của người khác và truyền tin đi nếu chúng ta không có tình yêu thương. Giả sử bạn đi đến một cuộc họp, và có ai đó đang nói xấu về người khác. Nếu bạn quan tâm đến một cuộc trò chuyện như vậy, thì bạn phải xem lại lòng mình đi. Nếu ai đó đang nói xấu cha mẹ của bạn, bạn có muốn tiếp tục nghe không? Bạn sẽ nói với họ phải ngừng ngay lập tức.

Tất nhiên, có những lúc và những trường hợp bạn phải biết hoàn cảnh của người khác bởi vì bạn muốn giúp đỡ những người đó. Nhưng nếu trường hợp đó không phải và nếu bạn vẫn thích nghe những chuyện xấu của người khác, đó là vì bạn có mong muốn vu oan và đồn nhảm về người khác. "Kẻ nào lấp giấu tội lỗi tìm cầu điều tình ái; Còn ai nhắc lập lại điều gì chia rẽ bạn bậu thiết cốt" (Châm ngôn 17:9).

Những người tốt và có tình yêu thương trong lòng của họ sẽ cố gắng che giấu lỗi lầm của người khác. Hơn nữa, nếu chúng ta có tình yêu thuộc linh, chúng ta sẽ không ghen tị hay đố kỵ khi những người khác giàu có. Chúng ta chỉ muốn họ được giàu có và được những người khác yêu thương. Chúa Giê-su đã phán dạy chúng ta phải yêu thương cả kẻ thù nghịch mình. Rô-ma 12:14 cũng nói, "Hãy chúc phước cho kẻ bắt bớ anh em; hãy chúc phước, chớ nguyền rủa."

Khía cạnh thứ hai của tư tưởng gian ác là những tư tưởng phán xét và lên án người khác.

Ví dụ, giả sử bạn nhìn thấy một tín hữu đi vào một nơi mà tín hữu không nên vào. Vậy, loại tư tưởng bạn sẽ có là gì? Bạn có thể có quan điểm tiêu cực về người ấy đến mức mà bạn có suy nghĩ gian ác như, 'Làm sao anh ấy có thể làm điều đó chứ?' Hoặc, nếu bạn có một chút sự nhân từ, bạn có thể tự hỏi, 'Tại sao anh ấy lại đến một nơi như vậy?' nhưng sau đó, bạn thay đổi tư tưởng của bạn và cho rằng anh ấy phải có lý do làm điều đó.

Nhưng nếu bạn có tình yêu thuộc linh trong lòng của bạn, bạn sẽ không có bất cứ tư tưởng gian ác nào ngay từ ban đầu. Thậm chí nếu bạn nghe thấy điều gì đó không tốt, bạn cũng không đưa ra sự phán xét hay lên án về người đó, trừ khi bạn kiểm tra tỉ mỉ các sự việc. Trong hầu hết các trường hợp, khi các bậc cha mẹ nghe những điều xấu về con cái của họ, họ sẽ phản ứng như thế nào? Họ không dễ chấp nhận điều đó, họ cứ nhất định là con cái của họ sẽ không làm những việc như vậy. Họ cho rằng người đang nói những điều đó là người xấu. Cũng giống như vậy, nếu bạn thực sự yêu một ai đó, bạn sẽ cố gắng nghĩ về người ấy theo cách tốt nhất có thể.

Nhưng ngày nay, chúng ta thấy rằng người ta thường nghĩ xấu về người khác và nói những điều xấu về người khác rất dễ dàng. Điều đó không chỉ xảy ra trong các mối quan hệ cá nhân, mà họ còn chỉ trích cả những người đang ở vị trí trước công chúng. Họ thậm chí không cố gắng xem toàn bộ bức tranh để biết điều gì thực sự đã xảy ra, nhưng lại lan truyền những tin đồn vô căn cứ. Do trả lời hùng hổ trên In-ter-net, một số người thậm chí đã phải tự tử. Họ chỉ phán xét và lên án người khác theo các tiêu chuẩn riêng của họ chứ không phải theo Lời Đức Chúa Trời. Nhưng ý muốn tốt lành của Đức Chúa Trời là gì?

Gia-cơ 4:12 cảnh báo chúng ta rằng, "Chỉ có một Đấng lập ra luật pháp và một Đấng xét đoán, tức là Đấng cứu được và diệt được. Nhưng ngươi là ai, mà dám xét đoán kẻ lân cận mình?"

Chỉ Đức Chúa Trời mới thực sự có thể phán xét. Nên Đức Chúa Trời cho chúng ta biết rằng phán xét người lân cận của chúng ta là điều ác. Giả sử một người nào đó rõ ràng đã làm điều gì đó sai. Trong tình huống này, những người có tình yêu thương thuộc linh thì những gì người kia đã làm đúng hay sai không quan trọng. Họ sẽ chỉ nghĩ về những điều thực sự có ích lợi cho người kia thôi. Họ chỉ muốn linh hồn của người kia được thịnh vượng và mong cho người kia cũng được Đức Chúa Trời yêu thương.

Hơn nữa, tình yêu trọn vẹn không chỉ che đậy mọi sự vi phạm, mà còn giúp người khác có thể ăn năn. Chúng ta cũng có thể dạy về lẽ thật và cảm động người đó để người ấy có thể bước đi trong sự công bình và thay đổi chính mình. Nếu chúng ta có tình yêu thuộc linh trọn vẹn, chúng ta không cần phải cố nhìn vào người đó bằng lòng nhân từ. Chúng ta tự nhiên yêu thương ngay cả một người có nhiều sự vi phạm. Chúng ta chỉ muốn tin tưởng người ấy và muốn giúp người ấy. Nếu chúng ta không có bất cứ tư tưởng phán xét hay lên án nào về người khác, chúng ta sẽ vui vẻ với bất cứ ai mà chúng ta gặp.

Khía cạnh thứ ba là tất cả những tư tưởng đều bất đồng với ý muốn của Đức Chúa Trời.

Không chỉ có những tư tưởng xấu về người khác, mà bất cứ tư tưởng nào không đúng với ý muốn của Đức Chúa Trời thì đều là tư tưởng gian ác. Trên thế gian này, người sống theo các tiêu chuẩn đạo đức và sống theo lương tâm được cho là sống trong sự hoàn hảo.

Nhưng không phải đạo đức cũng chẳng phải lương tâm được làm tiêu chuẩn tuyệt đối của sự hoàn hảo. Cả hai đều có nhiều điều trái nghịch hoặc hoàn toàn ngược lại với Lời Đức Chúa Trời. Chỉ có Lời Đức Chúa Trời mới có thể là tiêu chuẩn tuyệt đối của sự hoàn hảo.

Những người tiếp nhận Chúa xưng nhận rằng họ là kẻ có tội. Người ta có thể tự hào về bản thân mình là thực tế họ đang sống một đời sống tử tế và đạo đức, nhưng họ vẫn gian ác và họ vẫn là những người có tội theo Lời Đức Chúa Trời. Là vì bất cứ điều gì không theo đúng Lời Đức Chúa Trời đều là điều ác và tội lỗi, và chỉ Lời của Đức Chúa Trời mới là tiêu chuẩn tuyệt đối của sự trọn lành (1 Giăng 3:4).

Vậy thì, sự khác biệt giữa tội lỗi và điều ác là gì? Trong một nghĩa rộng, thì tội lỗi và điều ác cả hai đều giả dối, nghịch lại với lẽ thật là Lời của Đức Chúa Trời. Chúng đều là sự tối tăm, ngược lại Đức Chúa Trời Ngài là Sự Sáng.

Nhưng đi vào chi tiết hơn thì chúng hoàn toàn khác nhau. Để so sánh hai từ này bằng một cái cây, 'điều ác' giống như cái rễ nằm trong đất và không nhìn thấy được, còn 'tội lỗi' giống như cành, lá và bông trái.

Nếu không có rễ, thì cây không thể có cành, lá, hoặc bông trái. Tương tự như vậy, tội lỗi được nhận ra vì điều ác. Điều ác là bản chất ở trong tấm lòng của người ta. Bản chất đó nghịch lại với sự trọn lành, tình yêu và lẽ thật của Đức Chúa Trời. Khi điều ác này được bày tỏ trong một hình thức cụ thể, nó được gọi là tội lỗi. Chúa Giê-su phán: "Người lành bởi lòng chứa điều thiện mà phát ra điều thiện, kẻ dữ bởi lòng chứa điều ác mà phát ra điều ác; vì do sự đầy dẫy trong lòng mà miệng nói ra" (Lu-ca 6:45).

Giả sử một người nói điều gì đó làm tổn thương người khác, là người anh ta ghét. Là khi điều ác ở trong lòng người ấy được thể hiện ra như 'thù ghét' và 'những lời nói gian ác', đó là những tội rõ ràng. Tội lỗi được nhận ra và được xác định theo các tiêu chuẩn, được gọi là Lời của Đức Chúa Trời, là điều răn của Đức Chúa Trời. Nếu không có luật pháp thì không ai có thể phạt ai được vì không có tiêu chuẩn nào để nhận thức rõ và để phán xét. Tương tự như vậy, tội lỗi được bày tỏ vì nó nghịch lại với tiêu chuẩn của Lời Đức Chúa Trời. Tội lỗi có thể được phân loại thành những điều thuộc về xác thịt và những việc làm của xác thịt. Những điều của xác thịt là những tội lỗi đã phạm trong lòng và những tư tưởng như thù ghét, đố kỵ, ghen tị, tư tưởng ngoại tình còn những việc làm của xác thịt là những tội lỗi đã phạm trong hành động như cãi nhau, quăng sự nóng giận ra, hoặc giết người.

Nó hơi giống với những tội lỗi, tội ác của thế gian này cũng được phân loại thành những tội lỗi khác nhau. Ví dụ, tùy thuộc vào tội ác đã phạm với đối tượng nào, có thể là chống lại một quốc gia, một dân tộc, hoặc một cá nhân.

Nhưng mặc dù người ta có sự gian ác trong lòng, nhưng nó không rõ ràng là người ấy sẽ phạm các tội. Nếu người ấy nghe Lời Chúa và kiểm soát được bản thân mình, người ấy có thể tránh không phạm tội, mặc dù người ấy có một số sự gian ác trong lòng mình. Ở giai đoạn này, người ấy có thể cũng đã thỏa lòng nghĩ mình đã làm trọn được sự nên thánh chỉ vì người ấy không phạm những tội rõ ràng.

Tuy nhiên, để được nên thánh hoàn toàn, chúng ta phải thoát khỏi mọi điều ác đã nằm trong bản chất của chúng ta, trong sâu thẳm tấm lòng của chúng ta. Trong bản chất của một người được chứa đựng điều ác thừa hưởng từ cha mẹ. Nó không thường xuyên được biểu lộ ra trong những tình huống bình thường nhưng nó sẽ nổi lên trong một tình huống cực đoan.

Người Hàn Quốc thường nói, "Mọi người sẽ nhảy rào vào nhà hàng xóm nếu bị bỏ đói trong ba ngày." Cũng giống như "Khi cần thiết không biết có luật pháp." Cho đến khi chúng ta được nên thánh hoàn toàn, điều ác đã bị che giấu có thể được biểu lộ trong một tình huống cực đoan.

Mặc dù cực nhỏ, nhưng phân của con ruồi vẫn là phân. Cũng giống như vậy, mặc dù chúng không phải là tội lỗi, nhưng tất cả những điều không trọn vẹn theo quan điểm trọn vẹn của Đức Chúa Trời thì tất cả đều là hình thức tội lỗi. Đó là lý do tại sao 1 Tê-sa-lô-ni-ca 5:22 nói, "Bất cứ việc gì tựa như điều ác, thì phải tránh đi."

Đức Chúa Trời là sự yêu thương. Về cơ bản, các điều răn của Đức Chúa Trời có thể được cô đọng thành 'tình yêu thương'. Còn điều ác và không có luật pháp thì không có tình yêu thương. Vì thế, để tra xem chúng ta có đang nghi ngờ sự dữ hay không, chúng ta có thể nghĩ xem chúng ta có bao nhiêu tình yêu trong chúng ta. Tới mức chúng ta yêu mến Đức Chúa Trời và yêu những linh hồn khác, chúng ta sẽ không nghi ngờ sự dữ nữa.

"Vả, nầy là điều răn của Ngài: là chúng ta phải tin đến danh Con Ngài, tức là Đức Chúa Jêsus Christ, và chúng ta phải yêu mến lẫn nhau như Ngài đã truyền dạy ta" (1 Giăng 3:23).

"Sự yêu thương chẳng hề làm hại kẻ lân cận; vậy yêu thương là sự làm trọn luật pháp" (Rô-ma 13:10).

Không Để Nghi Ngờ sự Dữ

Trước hết để không nghi ngờ sự dữ, chúng ta thậm chí không nhìn hoặc không nghe những điều ác. Dù xảy ra chúng ta có nhìn thấy hoặc nghe thấy, chúng ta cũng đừng nên cố gắng nhớ hoặc cố gắng nghĩ lại về điều đó. Chúng ta không phải cố gắng nhớ điều đó. Tất nhiên, đôi khi chúng ta có thể không kiểm soát được những ý tưởng riêng của chúng ta. Một ý tưởng đặc biệt có thể xuất hiện mạnh hơn khi chúng ta cố gắng không nghĩ đến nó. Nhưng chúng ta tiếp tục cố gắng để không có những tư tưởng gian ác bằng những lời cầu nguyện, Đức Thánh Linh sẽ vùa giúp chúng ta. Chúng ta đừng bao giờ cố ý nhìn, nghe, hay nghĩ về những điều ác, và hơn thế nữa, chúng ta phải cắt bỏ đến ngay cả những ý nghĩ vừa lóe lên trong tâm trí của chúng ta trong giây lát.

Chúng ta cũng không được tham gia vào bất cứ công việc ác nào, 2 Giăng 1:10-11 nói, "Nếu ai đến cùng các ngươi mà không đem đạo ấy theo, thì chớ rước họ vào nhà, và đừng chào hỏi họ. Vì người nào chào hỏi họ, tức là dự vào công việc ác của họ." Đức Chúa Trời khuyên dạy chúng ta phải tránh điều ác và không chấp nhận nó.

Con người thừa hưởng bản chất tội lỗi từ cha mẹ. Đương khi còn sống ở thế gian này, con người tiếp xúc với rất nhiều điều giả dối. Dựa trên bản chất tội lỗi và giả dối này, người ấy có thể phát triển tính cách riêng của mình hoặc phát triển 'cái tôi' của mình. Một đời sống Cơ-đốc-nhân là phải cắt bỏ đi những bản chất tội lỗi và giả dối này ngay từ lúc chúng ta tiếp nhận Chúa. Để cắt bỏ được bản chất tội lỗi và những sự giả dối này, chúng ta cần có nhiều sự nhịn nhục và nỗ lực. Bởi vì chúng ta đang sống ở thế gian này, chúng ta đã quen sự giả dối hơn là quen lẽ thật. Nó cũng tương đối dễ chấp nhận dối trá và để sự dối trá trong chúng ta dễ hơn là cắt bỏ nó đi. Ví dụ, để vết bẩn vào chiếc váy trắng bằng mực đen thì dễ, nhưng xóa vết bẩn và làm cho nó trắng lại hoàn toàn thì rất khó.

Hơn nữa, mặc dù có vẻ như nó là một sự gian ác rất nhỏ, nhưng có thể phát triển thành sự gian ác lớn trong chốc lát. Cũng như Ga-la-ti 5:9 nói, "Một ít men làm cho dậy cả đống bột," một chút gian ác có thể lan đi đến nhiều người rất nhanh. Do đó, chúng ta phải thận trọng dù chỉ một chút gian ác. Để có thể không nghi ngờ sự dữ, chúng ta phải ghét nó, không để một giây nào nghĩ về nó. Đức Chúa Trời truyền dạy chúng ta, "Hỡi những kẻ yêu mến Đức Giê-hô-va, hãy ghét sự ác," (Thi Thiên 97:10), và dạy chúng ta phải "Kính sợ Đức Giê-hô-va, ấy là ghét điều ác" (Châm ngôn 8:13).

Nếu bạn yêu say đắm ai đó, bạn sẽ thích những gì người đó thích và bạn sẽ không thích những gì người đó không thích. Bạn không cần phải có lý do về điều đó. Khi con cái Đức Chúa Trời, là những người đã nhận lãnh Đức Thánh Linh, phạm tội thì Đức Thánh Linh cáo trách trong lòng họ. Vì vậy, trong lòng của họ có một cảm giác ưu phiền. Sau đó, họ nhận ra rằng Đức Chúa Trời ghét những điều họ đã làm, và họ cố gắng không phạm tội nữa. Điều quan trọng là cố gắng cắt bỏ dù chỉ là những hình thức gian ác nhỏ và đừng chấp nhận bất cứ sự gian ác nào nữa.

Nguồn Dự Trữ Là Lời Đức Chúa Trời và sự Cầu Nguyện

Gian ác là sự hư không. Châm ngôn 22:8 nói, "Kẻ nào gieo sự bất công sẽ gặt điều tai họa." Bệnh tật có thể đến với chúng ta hoặc con cái chúng ta, hoặc chúng ta có thể gặp phải những tai nạn. Chúng ta có thể sống trong sự buồn rầu do các nan đề về đói nghèo và gia đình. Rốt cuộc, tất cả những nan đề này, đều xuất phát từ sự gian ác.

"Chớ hề dối mình; Đức Chúa Trời không chịu khinh dể đâu; vì ai gieo giống chi, lại gặt giống ấy" (Ga-la-ti 6:7).

Tất nhiên, những rắc rối có thể không xuất hiện ngay trước mắt chúng ta. Trong trường hợp này, khi điều ác được chồng chất đến một mức độ nào đó, nó thậm chí có thể gây ra các nan đề ảnh hưởng đến con cái của chúng ta sau này. Bởi vì người thế gian không hiểu được nguyên tắc này, họ làm nhiều điều ác bằng nhiều cách khác nhau.

Ví dụ, họ coi việc trả thù lại những người đã hại họ là chuyện bình thường. Nhưng Châm ngôn 20:22 nói, "Chớ nói: Ta sẽ trả ác. Hãy chờ đợi Đức Giê-hô-va, Ngài sẽ cứu rỗi con."

Đức Chúa Trời cai trị sự sống, sự chết, Chúa điều khiển cuộc sống, cái chết, may mắn và bất hạnh của nhân loại theo sự công chính của Ngài. Vì thế, nếu chúng ta làm tốt theo Lời Đức Chúa Trời, chúng ta chắc chắn sẽ gặt hái được nhiều bông trái của sự trọn lành. Cũng như đã hứa trong Xuất Ê-díp-tô Ký 20:6, trong đó nói rằng, "...và sẽ làm ơn đến ngàn đời cho những kẻ yêu mến ta và giữ các điều răn ta."

Để giữ chính mình khỏi sự gian ác, chúng ta phải ghét sự gian ác. Và trên hết, chúng ta lúc nào cũng phải có hai nguồn dự trữ phong phú. Đó là Lời Đức Chúa Trời và sự cầu nguyện. Khi chúng ta suy gẫm Lời Chúa ngày và đêm, chúng ta có thể đuổi những tư tưởng xấu xa và nuôi dưỡng những tư tưởng thuộc linh cùng sự tốt lành. Chúng ta có thể hiểu được loại hành động gì là hành động của tình yêu thương thật.

Hơn nữa, khi chúng ta cầu nguyện, chúng ta suy gẫm Lời Chúa còn sâu hơn, để chúng ta có thể nhận ra những điều ác trong lời nói và việc làm của chúng ta. Khi chúng ta cầu nguyện sốt sắng cùng với sự vùa giúp của Đức Thánh Linh, chúng ta có thể cai trị và cắt bỏ sự gian ác ra khỏi tấm lòng của chúng ta. Chúng ta hãy nhanh cắt bỏ sự gian ác bằng Lời Đức Chúa Trời và sự cầu nguyện để chúng ta có thể sống một đời sống tràn đầy niềm vui.

10. Tình yêu thương chẳng vui về điều không công bình

Xã hội càng phát triển, càng nhiều cơ hội cho những người trung thực thành công. Ngược lại, các nước kém phát triển càng có xu hướng tham nhũng nhiều hơn, và hầu như bất cứ điều gì cũng có thể có hoặc có thể làm bằng tiền. Tham nhũng được gọi là một tệ nạn của nhiều quốc gia, vì nó có liên quan đến sự phồn thịnh của đất nước đó. Tham nhũng và bất công cũng ảnh hưởng đến nhiều đời sống cá nhân trong một phạm vi lớn. Những người ích kỷ không thể đạt được sự thỏa lòng thật sự vì họ chỉ nghĩ về bản thân mình và họ không thể yêu những người khác.

Không vui mừng trong sự không công bình và không nghi ngờ sự dữ khá giống nhau. 'Người không nghi ngờ sự dữ thì không có bất cứ hình thức gian ác nào trong lòng. 'Không vui về điều không công bình' là không hài lòng về đạo đức, hành động hay hành vi xấu hổ hay ô nhục, và không tham gia vào đó.

Giả sử bạn đang ghen tị với một người bạn, là người giàu có. Bạn cũng không thích anh ấy vì có vẻ anh ấy luôn luôn khoe khoang về sự giàu có của mình. Bạn cũng có một số suy nghĩ như, "Anh ấy rất giàu, còn tôi thì sao chứ? Tôi hy vọng anh ấy bị phá sản." Đây là nghĩ đến những điều ác. Nhưng một ngày kia, có ai đó lừa anh ấy, và công ty của anh đã bị phá sản trong một ngày. Ở đây, nếu bạn vui về điều đó và suy nghĩ, "Anh ấy đã khoe khoang về sự giàu có của mình, như vậy tốt cho anh ấy!" Vậy đây là vui mừng hay hài lòng với điều không công bình. Hơn nữa, nếu bạn tham gia vào loại việc làm này, thì đó là tích cực vui mừng trong sự không công bình.

Thường có sự không công bình, đến nỗi những người ngoại cũng nghĩ là không công bình. Ví dụ, một số người tích lũy sự giàu có bất lương của họ bằng cách gian lận hoặc đe dọa người khác bằng vũ lực. Người ta có thể phá vỡ các quy định hoặc luật pháp của đất nước và chấp nhận một cái gì đó để đổi lấy lợi ích riêng của mình. Nếu một thẩm phán đưa ra một tuyên án không chính đáng sau khi nhận hối lộ, và một người vô tội lại bị phạt, thì đây là sự bất công theo cách nhìn của mọi người. Đó là lạm dụng quyền lực của mình là một thẩm phán.

Khi có ai bán cái gì đó, anh ta có thể gian lận trong khối lượng hoặc chất lượng. Anh ta có thể sử dụng nguyên liệu rẻ và chất lượng thấp để đạt được lợi nhuận quá mức. Họ không nghĩ đến người khác mà chỉ nghĩ đến những lợi ích trước mắt của mình. Họ biết điều gì là đúng, nhưng họ không do dự lừa gạt người khác vì họ vui với đồng tiền bất chính. Trong thực tế có rất nhiều người lừa gạt người khác vì những lợi ích bất chính. Nhưng còn chúng ta? Chúng ta có thể nói chúng ta trong sạch không.

Giả sử một điều gì đó như sau đã xảy ra. Bạn là một công nhân thường, và bạn phát hiện ra một trong những người bạn thân của bạn kiếm được một số tiền lớn một cách bất hợp pháp qua việc buôn bán. Nếu anh ta bị bắt, anh ta sẽ bị phạt nặng, và người bạn này đưa cho bạn một số tiền để giữ im lặng và bỏ qua điều đó một thời gian. Anh ấy nói sau này anh sẽ cho bạn một số còn nhiều hơn nữa. Cùng thời điểm gia đình của bạn có một trường hợp khẩn cấp và bạn đang cần một lượng tiền lớn như vậy. Bây giờ, bạn sẽ làm gì?

Chúng ta hãy tưởng tượng ra tình huống khác. Một ngày kia, bạn kiểm tra tài khoản ngân hàng của bạn, và bạn có nhiều tiền hơn bạn nghĩ bạn phải có. Bạn đã phát hiện ra là số tiền đã chuyển đến đó là tiền thuế chưa thu lại. Trong trường hợp này, bạn sẽ phản ứng như thế nào? Bạn có vui mừng nghĩ rằng đó là lỗi của họ chứ không phải trách nhiệm của bạn không?

2 Sử ký 19:7 nói, "Vậy bây giờ, phải kính sợ Đức Giê-hô-va, khá cẩn thận mà làm; vì Giê-hô-va Đức Chúa Trời của chúng ta, chẳng trái phép công bình, chẳng thiên vị người, chẳng nhận của hối lộ." Đức Chúa Trời công bình. Ngài không có điều chi không công bình. Chúng ta có thể che được mắt của con người, nhưng chúng ta không thể gian lận được Đức Chúa Trời. Vì thế, cùng với sự kính sợ Đức Chúa Trời, chúng ta phải bước đi trong con đường ngay thẳng cùng với sự trung thực.

Hãy xem trường hợp của Áp-ra-ham. Khi cháu trai của ông ở Sô-đôm bị bắt trong một cuộc chiến tranh, Áp-ra-ham đã giải cứu không chỉ cháu trai của mình mà còn cả những người đã bị bắt cùng tài sản của họ. Vua Sô-đôm muốn thể hiện lòng cảm kích của mình bằng cách đưa trả lại cho Áp-ra-ham một số thứ ông đã mang về cho vua, nhưng Áp-ra-ham không nhận.

> *"Áp-ram đáp lại rằng: Tôi giơ tay lên trước mặt Giê-hô-va Đức Chúa Trời Chí Cao, Chúa Tể của trời và đất, mà thề rằng: Hễ của chi thuộc về vua, dầu đến một sợi chỉ, hay là một sợi dây giày đi nữa, tôi cũng chẳng hề lấy; e vua nói được rằng: Nhờ ta làm cho Áp-ram giàu có..."*
> (Sáng thế ký 14:22-23).

Khi vợ của ông là Sa-ra qua đời, người chủ của khu đất đã dâng cho ông một phần đất để chôn cất, nhưng ông không nhận. Ông đã trả với giá hợp lý. Để sau này sẽ không có bất cứ sự tranh chấp nào về phần đất đã xây cất. Ông đã làm những gì ông cần phải làm bởi vì ông là một người trung thực; ông không muốn nhận bất cứ lợi ích gì không xứng đáng hoặc lợi nhuận bất chính. Nếu ông tìm kiếm tiền bạc ông có thể đã theo những cái mang lại lợi nhuận cho ông.

Những người yêu mến Đức Chúa Trời và được Đức Chúa Trời yêu mến sẽ không bao giờ làm hại bất cứ ai hay tìm kiếm lợi ích riêng cho mình mà vi phạm luật pháp của đất nước. Họ không mong đợi bất cứ điều gì hơn là những gì họ xứng đáng có được qua việc làm trung thực của họ. Những người vui về điều không công bình thì không có sự yêu mến Đức Chúa Trời hay không có tình yêu thương dành cho những người lân cận của họ.

Không Công Bình trong Cái Nhìn của Đức Chúa Trời

Sự không công bình trong Chúa có khác nhau một chút với sự không công bình trong bối cảnh nói chung. Nó không chỉ là vi phạm luật pháp và gây thiệt hại cho người khác, mà mỗi tội còn là đang nghịch lại với Lời của Đức Chúa Trời. Khi sự gian ác trong lòng trở thành một hình thức cụ thể, đó là tội lỗi, và đây là điều không công bình. Trong số những tội lỗi, thì điều không công bình đặc biệt đề cập đến những việc làm của xác thịt.

Ấy là, hận thù, đố kỵ, ghen ghét, và các điều ác khác trong lòng được nhận thấy trong hành động như cãi nhau, xung đột, bạo lực, mưu đồ, hoặc giết người. Kinh Thánh cho chúng ta biết rằng nếu chúng ta làm điều không công bình, thì khó được cứu.

1 Cô-rinh-tô 6:9-10 nói, "Anh em há chẳng biết những kẻ không công bình chẳng bao giờ hưởng được nước Đức Chúa Trời sao? Chớ tự dối mình: Phàm những kẻ tà dâm, kẻ thờ hình tượng, kẻ ngoại tình, kẻ làm giáng yếu điệu, kẻ đắm nam sắc, kẻ

trộm cướp, kẻ hà tiện, kẻ say sưa, kẻ chưởi rủa, kẻ chắt bóp, đều chẳng hưởng được nước Đức Chúa Trời đâu."

A-can là một trong những người yêu thích sự không công bình đã dẫn đến tự hủy diệt mình. Ông là một trong những người ở thế hệ thứ hai của những người rời khỏi Ai-cập và ngay từ khi còn nhỏ ông đã thấy và đã nghe về những điều Đức Chúa Trời đã làm cho dân mình. Ông nhìn thấy trụ mây trong ban ngày và trụ lửa trong ban đêm để dẫn dắt họ. Ông đã thấy sự ngập lụt của sông Giô-đanh phải ngừng chảy và thành Giê-ri-cô là thành bất khả xâm phạm đã sụp đổ trong chốc lát. Ông cũng biết rất rõ về mệnh lệnh của người lãnh đạo Giô-suê truyền rằng không ai được lấy bất cứ thứ gì ở thành Giê-ri-cô, vì chúng sẽ được dâng cho Đức Chúa Trời.

Nhưng trong chốc lát ông nhìn thấy những vật đó ở thành Giê-ri-cô, ông đã mất ý thức vì lòng tham lam. Sau một thời gian dài sống thiếu thốn trong đồng vắng, thì những vật ở trong thành trông rất đẹp với ông. Lúc này ông nhìn thấy chiếc áo khoác đẹp và những miếng vàng và miếng bạc, ông đã quên Lời của Đức Chúa Trời cùng mạng lệnh của Giô-suê và ông đã giấu chúng cho riêng mình.

Vì tội này của A-can làm trái mạng lệnh của Đức Chúa Trời, Y-sơ-ra-ên đã phải chịu nhiều thương vong trong trận chiến kế tiếp. Qua những sự mất mát mà sự không công bình của A-can đã được tỏ ra, ông và gia đình ông bị ném đá cho đến chết. Những hòn đá đã chất thành một đống và nơi này được gọi là thung lũng A-can

Ngoài ra, xem trong Dân số ký chương 22-24. Ba-la-am là một người có thể tương giao với Đức Chúa Trời. Một hôm, Ba-lác, vua Mô-áp yêu cầu ông rủa sả dân Y-sơ-ra ên. Vì vậy, Đức Chúa Trời phán cùng Ba-la-am rằng: "Ngươi chớ đi với chúng nó, chớ rủa sả dân nầy, vì dân nầy được ban phước" (Dân số ký 22:12).

Sau khi nghe Lời của Đức Chúa Trời Ba-la-am từ chối yêu cầu của vua dân Mô-áp. Nhưng khi vua cho ông vàng bạc và nhiều thứ quý giá, thì tinh thần của ông bị lung lay. Cuối cùng, châu báu đã làm lòa mắt ông, và ông đã dạy cho vua lập một cái bẫy trước dân Y-sơ-ra-ên. Kết quả là gì? Các con trai của Y-sơ-ra-ên ăn thức ăn đã dâng thờ hình tượng và phạm tội tà dâm do đó họ bị hoạn nạn lớn, và Ba-la-am cuối cùng đã bị giết chết bởi gươm. Đó là kết quả của việc yêu thích lợi bất chính.

Sự không công bình có liên quan trực tiếp với sự cứu rỗi trong cái nhìn của Đức Chúa Trời. Nếu chúng ta thấy các anh chị em trong đức tin hành động trong sự không công bình giống như những người vô tín của thế gian, thì chúng ta cần phải làm gì? Tất nhiên chúng ta phải thương xót họ, cầu nguyện cho họ, và giúp họ sống theo Lời Chúa. Nhưng một số tín hữu ghen tị với những người đó thì suy nghĩ, 'Tôi cũng muốn sống một đời sống Cơ-đốc-nhân dễ dàng hơn và thoải mái hơn giống như họ'. Hơn nữa, nếu bạn tham gia với họ, chúng tôi không thể nói bạn yêu mến Chúa được.

Chúa Giê-su, là Đấng vô tội, đã chết để mang chúng ta, là những kẻ không công bình, đến với Đức Chúa Trời (1 Phi-e-rơ 3:18). Khi chúng ta nhận ra tình yêu vĩ đại này của Chúa, chúng ta sẽ không bao giờ phải vui về điều không công bình. Những người không vui về điều không công bình không chỉ tránh được việc làm những điều không công bình, mà họ còn tích cực sống theo Lời Đức Chúa Trời. Như vậy, họ có thể trở thành những người bạn của Chúa và sống một đời sống thịnh vượng (Giăng 15:14).

11. Tình yêu thương vui trong lẽ thật

Giăng, một trong mười hai môn đồ của Chúa Giê-su, đã được cứu khỏi bị tử đạo và sống cho đến khi ông qua đời vì tuổi già, ông truyền bá Phúc Âm của Chúa Giê-su Christ và ý muốn của Đức Chúa Trời cho nhiều người. Về cuối đời một trong những điều ông rất thích đó là được nghe tin các tín hữu đã cố gắng sống trong Lời Đức Chúa Trời, lẽ thật.

Giăng nói: "Vì tôi rất lấy làm vui vẻ mà thấy mấy anh em đến đây, làm chứng về anh yêu mến lẽ thật, và về cách anh làm theo lẽ thật ấy là thể nào. Tôi nghe con cái tôi làm theo lẽ thật, thì không còn có sự gì vui mừng hơn nữa" (3 Giăng 1:3-4).

Chúng ta có thể thấy ông bày tỏ ông vui như thế nào, "tôi rất lấy làm vui vẻ." Ông thường nóng nảy thậm chí còn được gọi là con trai của sấm sét khi ông còn trẻ, nhưng sau khi ông được biến đổi, ông được gọi là sứ đồ của tình yêu thương.

Nếu chúng ta yêu mến Đức Chúa Trời, chúng ta sẽ không làm những điều không công bình, và hơn nữa, chúng ta sẽ làm theo lẽ thật. Chúng ta cũng sẽ vui với lẽ thật. Lẽ thật nói đến Chúa Giê-su Christ, nói đến phúc âm và nói đến tất cả 66 sách của Kinh Thánh. Những người yêu mến Đức Chúa Trời và được Đức Chúa Trời yêu mến chắc chắn sẽ vui mừng với Chúa Giê-su Christ và với phúc âm. Họ vui mừng khi nước Đức Chúa Trời được mở rộng. Bây giờ vui với lẽ thật có nghĩa là gì?

Thứ nhất, đó là vui với 'Phúc Âm'.

'Phúc Âm' là tin mừng chúng ta được cứu nhờ Đức Chúa Giê-su Christ và đi đến nước thiên đàng. Nhiều người tìm kiếm lẽ thật hỏi những câu như, 'Mục đích của cuộc sống là gì? Cuộc sống có giá trị gì?' Để có được câu trả lời cho những câu hỏi này, họ nghiên cứu về những khái niệm và triết học, hoặc họ cố gắng để có được những câu trả lời qua các tôn giáo khác nhau. Nhưng lẽ thật là Chúa Giê-su Christ, và không ai có thể lên được Thiên Đàng mà không có Chúa Giê-su Christ. Đó là lý do tại sao Chúa Giê-su phán: "Ta là đường đi, lẽ thật, và sự sống; chẳng bởi ta thì không ai được đến cùng Cha" (Giăng 14:6).

Chúng ta đã nhận được sự cứu rỗi và đã có được sự sống đời đời bằng cách tiếp nhận Chúa Giê-su Christ. Chúng ta đã được tha thứ mọi tội lỗi của chúng ta qua huyết báu của Chúa và chúng ta được chuyển từ Địa Ngục lên Thiên Đàng. Bây giờ chúng ta hiểu được ý nghĩa của cuộc sống và sống một đời sống có giá trị. Vì vậy, đương nhiên chúng ta vui với phúc âm. Những người vui với phúc âm cũng sẽ sốt sắng bày tỏ phúc âm cho người khác. Họ sẽ làm trọn những nhiệm vụ Đức Chúa Trời giao cho họ và trung tín làm việc để truyền bá phúc âm. Hơn nữa, họ vui mừng khi các linh hồn nghe phúc âm và nhận được sự cứu rỗi bằng cách tiếp nhận Chúa. Họ vui mừng khi nước Đức Chúa Trời được mở rộng. "[Đức Chúa Trời] Ngài muốn cho mọi người được cứu rỗi và hiểu biết lẽ thật" (1 Ti-mô-thê 2:4).

Tuy nghiên, có một số tín hữu, ghen tị với những tín hữu khác khi họ rao giảng phúc âm cho nhiều người và được nhiều kết quả. Một số hội thánh ghen tị với các hội thánh khác khi các hội thánh khác đang phát triển và dâng vinh hiển cho Đức Chúa Trời. Đây không phải là vui với lẽ thật. Nếu chúng ta có tình yêu thuộc linh trong lòng của chúng ta, chúng ta sẽ vui mừng khi chúng ta nhìn thấy nước Đức Chúa Trời đang được thực hiện rất tuyệt vời. Chúng ta sẽ cùng nhau vui mừng khi chúng ta thấy một hội thánh đang phát triển và được Đức Chúa Trời yêu mến. Đây là vui với lẽ thật, là vui với phúc âm.

Thứ hai, vui với lẽ thật có nghĩa là vui với tất cả mọi thứ thuộc về lẽ thật.

Vui mừng khi thấy, nghe, và làm những việc thuộc về lẽ thật, chẳng hạn như nhân từ, yêu thương, và công bình. Những người vui với lẽ thật được cảm động và rơi nước mắt khi nghe về những việc lành. Họ xưng nhận Lời của Đức Chúa Trời là lẽ thật và ngọt hơn mật ong lấy từ tổ. Vì vậy, họ vui mừng nghe các bài giảng và đọc Kinh Thánh. Hơn nữa, họ vui mừng làm theo Lời Chúa. Họ vui mừng vâng theo Lời Đức Chúa Trời phán dạy 'phục vụ, hiểu biết và tha thứ' cho ngay cả những người đã làm tổn thương họ.

Đa-vít yêu mến Đức Chúa Trời và ông muốn cất Đền Thờ của Đức Chúa Trời. Nhưng Đức Chúa Trời không để cho ông làm. Lý do được chép trong 1 Sử ký 28:3. "Ngươi chớ cất đền cho danh Ta, vì ngươi là một tay chiến sĩ, đã đổ huyết ra nhiều." Không thể tránh được cho Đa-vít chuyện làm đổ huyết vì ông ở trong nhiều cuộc chiến, nhưng ở trong cái nhìn của Đức Chúa Trời, Đa-vít không được coi là người thích hợp để làm công việc cất đền thờ.

Đa-vít không thể tự xây dựng đền thờ nhưng ông đã chuẩn bị tất cả mọi vật liệu xây dựng để con trai của ông là Sa-lô-môn có thể xây dựng nó. Đa-vít đã chuẩn bị các nguyên vật liệu bằng hết sức của mình, và việc làm đó khiến ông tràn ngập sự vui mừng. "Dân sự lấy làm vui mừng về điều mình trọn lòng vui ý dâng cho Đức Giê-hô-va; và vua Đa-vít cũng lấy làm vui mừng lắm" (1 Sử ký 29:9).

Tương tự như vậy, những người vui với lẽ thật sẽ vui mừng khi người khác giàu có. Họ không phải ghen tị. Thật không thể tưởng tượng được họ lại phải suy nghĩ những sự gian ác như, 'phải có cái gì không ổn cho người đó,' hoặc để tìm thấy sự mãn nguyện vì nỗi bất hạnh của người khác. Khi họ nhìn thấy một điều gì đó không công bình xảy ra, họ thương xót vì điều đó. Hơn nữa, những người vui với lẽ thật có thể yêu bằng lòng nhân từ, yêu bằng một tấm lòng không hề thay đổi, và yêu bằng sự trung thực và chính trực. Họ vui mừng với những lời lành và việc lành. Đức Chúa Trời cũng vui mừng qua họ mà ca hát reo vui như đã chép trong Sô-phô-ni 3:17, "Giê-hô-va Đức Chúa Trời ngươi ở giữa ngươi; Ngài là Đấng quyền năng sẽ giải cứu ngươi: Ngài sẽ vui mừng cả thể vì cớ ngươi; vì lòng yêu thương mình, Ngài sẽ nín lặng; và vì cớ ngươi Ngài sẽ ca hát mừng rỡ."

Cho dù bạn không thể vui mừng với lẽ thật trong mọi lúc, bạn cũng không phải làm mất đi tấm lòng hoặc phải thất vọng. Nếu bạn hết sức cố gắng, Đức Chúa Trời của sự yêu thương xem sự nỗ lực đó như là 'vui với lẽ thật'.

Thứ ba, để vui với lẽ thật thì phải tin Lời của Đức Chúa Trời và cố gắng làm theo.

Hiếm thấy ai có thể vui duy nhất với lẽ thật ngay từ ban đầu. Chỉ cần chúng ta có sự tối tăm và giả dối trong chúng ta, chúng ta cũng có thể nghĩ về những điều ác hoặc chúng ta có thể vui về điều không công bình. Nhưng khi chúng ta thay đổi từng chút một và cắt bỏ tất cả những sự giả dối trong lòng, thì chúng ta có thể vui hoàn toàn với lẽ thật. Cho đến lúc ấy, chúng ta phải cố gắng hết sức.

Ví dụ, không phải tất cả mọi người đều cảm thấy vui khi tham dự các buổi lễ thờ phượng. Trong trường hợp của các tân tín hữu hoặc những người yếu đuối đức tin, họ có thể cảm thấy mệt mỏi, hoặc lòng của họ có thể ở một nơi khác. Họ có thể tự hỏi về kết quả của trò chơi bóng chày hoặc có lẽ họ đang lo lắng về cuộc họp kinh doanh họ sẽ có vào ngày mai.

Nhưng việc đến thánh đường và tham dự buổi lễ thờ phượng là họ đã nỗ lực cố gắng vâng theo Lời Đức Chúa Trời. Đó là để vui với lẽ thật. Tại sao chúng ta cố gắng theo cách này? Đó là để nhận được sự cứu rỗi và đi đến Thiên Đàng. Bởi vì chúng ta nghe Lời của lẽ thật và chúng ta tin Đức Chúa Trời, chúng ta cũng tin có sự phán xét, và tin có Thiên Đàng và Địa Ngục. Vì chúng ta biết có những phần thưởng khác nhau trên Thiên Đàng, chúng ta cố gắng sốt sắng hơn để được nên thánh và trung tín làm việc trong cả nhà Đức Chúa Trời. Mặc dù chúng ta có thể không vui với lẽ thật 100%, nhưng nếu chúng ta cố gắng hết sức theo lượng đức tin của chúng ta, thì đó là vui với lẽ thật.

Đói Khát cho Lẽ Thật

Chúng ta vui với lẽ thật là điều tất nhiên. Chỉ có lẽ thật mới cho chúng ta sự sống đời đời và mới có thể biến đổi chúng ta hoàn toàn. Nếu chúng ta nghe lẽ thật, ấy là phúc âm, và làm theo, chúng ta sẽ có được sự sống đời đời, và chúng ta sẽ trở nên con cái thật của Đức Chúa Trời. Vì chúng ta đang tràn đầy hy vọng về vương quốc trên trời và tình yêu thuộc linh, khuôn mặt của chúng ta sẽ tỏa sáng bằng sự vui mừng. Hơn nữa, đến mức mà chúng ta được lẽ thật biến đổi, chúng ta sẽ được vui mừng vì chúng ta được Đức Chúa Trời yêu thương và được ban phước, và chúng ta cũng được nhiều người yêu thương.

Chúng ta nên vui với lẽ thật trong mọi lúc, và hơn thế nữa, chúng ta phải có sự đói khát về lẽ thật. Nếu bạn đói và khát, bạn sẽ rất muốn có thức ăn và đồ uống. Khi chúng ta khao khát lẽ thật, chúng ta phải nghiêm túc khao khát để chúng ta có thể nhanh chóng biến đổi thành người của lẽ thật. Chúng ta phải sống một đời sống luôn luôn ăn và uống lẽ thật. Ăn và uống lẽ thật là gì? Là giữ Lời của Đức Chúa Trời, lẽ thật trong lòng của chúng ta và làm theo lẽ thật.

Nếu chúng ta đứng trước người chúng ta rất yêu thương, thì khó giấu được niềm hạnh phúc trên khuôn mặt của chúng ta. Cũng giống như khi chúng ta yêu mến Đức Chúa Trời. Ngay bây giờ, chúng ta không thể đứng trước Đức Chúa Trời mặt đối mặt, nhưng nếu chúng ta thật sự yêu mến Đức Chúa Trời, nó sẽ bày tỏ ra bên ngoài. Đó là, nếu chúng ta mới thấy và mới nghe điều gì đó về lẽ thật, chúng ta sẽ vui mừng và sung sướng. Khuôn mặt vui mừng của chúng ta sẽ được mọi người xung quanh chúng ta nhìn thấy. Chúng ta sẽ rơi nước mắt với sự tạ ơn khi nghĩ về Đức Chúa Trời và Chúa, và tấm lòng của chúng ta sẽ được đụng chạm bởi những việc làm của sự nhân từ.

Những giọt nước mắt đó thuộc về sự tốt lành, như là những giọt nước mắt cảm tạ và những giọt nước mắt thương xót cho linh hồn khác sẽ trở thành đồ trang sức đẹp sau này để trang trí nhà của mỗi người trên Thiên Đàng. Chúng ta hãy vui với lẽ thật để đời sống của chúng ta sẽ được đầy đủ chứng cớ là Đức Chúa Trời yêu thương chúng ta.

Những Đặc Tính của Tình Yêu Thương Thuộc Linh

6. Chẳng làm điều trái phép

7. Chẳng kiếm tư lợi

8. Chẳng nóng giận

9. Chẳng nghi ngờ sự dữ

10. Chẳng vui về điều không công bình

11. Tình yêu thương vui trong lẽ thật

12. Tình yêu thương hay dung thứ mọi sự

Khi chúng ta tiếp nhận Chúa Giê-su Christ và cố gắng sống theo Lời Đức Chúa Trời, thì có rất nhiều điều chúng ta phải dung thứ. Chúng ta phải dung thứ với những tình huống khiến nóng giận. Chúng ta cũng phải rèn luyện tự chủ xu hướng muốn làm theo những ao ước riêng của chúng ta. Đó là lý do tại sao khi miêu tả đặc tính đầu tiên của tình yêu thương thì Kinh Thánh nói đến nhịn nhục.

Để nhịn nhục là nói về sự vật lộn trong chính người đó, kinh nghiệm sự vật lộn là khi người đó cố gắng cắt bỏ những sự giả dối trong lòng. Để 'dung thứ mọi sự' có một nghĩa rộng hơn. Sau khi chúng ta nuôi dưỡng lẽ thật trong lòng chúng ta qua sự nhịn nhục, chúng ta phải dung thứ tất cả những sự đau đớn mà người khác đã gây ra cho chúng ta. Đặc biệt, phải dung thứ tất cả những thứ không theo đúng tình yêu thương thuộc linh.

Chúa Giê-su đã đến thế gian này để cứu những người có tội, và người ta đã đối xử với Ngài như thế nào? Ngài đã chỉ làm những việc lành, nhưng người ta đã chế giễu, khinh chê và xem thường Ngài. Cuối cùng, họ đã đóng đinh Ngài. Tuy nhiên Chúa Giê-su vẫn dung thứ tất cả những điều này từ tất cả mọi người và Ngài liên tục dâng lời cầu nguyện cầu thay cho họ. Ngài đã cầu cho họ rằng, "Lạy Cha, xin tha cho họ, vì họ không biết mình làm điều gì" (Lu-ca 23:34).

Chúa Giê-su 'dung thứ mọi sự và yêu thương những con người đó' đã mang lại kết quả gì? Bất cứ ai tiếp nhận Chúa Giê-su là Đấng Cứu Rỗi của riêng mình bây giờ đều có thể nhận được sự cứu rỗi và trở thành con của Đức Chúa Trời. Chúng ta đã được giải thoát khỏi sự chết và đã được chuyển đến sự sống đời đời.

Người Hàn Quốc có một câu nói, "Mài một cái rìu để làm một cái kim." Nghĩa là kiên nhẫn (nhịn nhục) và chịu đựng, chúng ta có thể hoàn thành được bất cứ nhiệm vụ khó khăn nào. Sẽ phải cần bao nhiêu thời gian và công sức để mài một cái rìu thép thành một cái kim nhọn? Chắc chắn trông có vẻ như đây là một nhiệm vụ không thể nên người ta có thể tự hỏi, "Tại sao bạn không bán cái rìu đi để mua kim?"

Nhưng Đức Chúa Trời sẵn lòng nhận lấy công việc khó nhọc như vậy, vì Ngài là Ông Chủ của linh hồn chúng ta. Đức Chúa Trời chậm giận và luôn luôn dung thứ với chúng ta bày tỏ sự thương xót và trìu mến của Ngài cho chúng ta chỉ vì Ngài yêu thương chúng ta. Ngài tỉa sửa và uốn nắn con người mặc dù tấm lòng của họ cứng như thép. Ngài chờ đợi bất cứ ai để trở thành con cái thật của Ngài, mặc dù có vẻ như người đó không có cơ hội nào để trở thành con của Ngài.

Người sẽ chẳng bẻ cây sậy đã gãy, chẳng tắt ngọn đèn gần tàn, Cho đến chừng nào người khiến sự công bình được thắng, (Ma-thi-ơ 12:20).

Thậm chí ngày nay Đức Chúa Trời vẫn dung thứ tất cả những sự đau đớn xảy đến khi nhìn thấy những hành động của con người và vui lòng chờ đợi chúng ta. Ngài đã nhịn nhục với mọi người, bởi lòng nhân từ Ngài chờ đợi họ mặc dù họ đã hành động trong sự gian ác hàng ngàn năm. Mặc dù họ đã quay lưng lại với Đức Chúa Trời và thờ thần tượng, nhưng Đức Chúa Trời đã bày tỏ cho họ biết rằng Ngài là Đức Chúa Trời thật và đã dung thứ họ bằng đức tin. Nếu Đức Chúa Trời phán, "Con đầy dẫy sự không công bình và con vô dụng. Ta không thể dung thứ cho con được nữa," vậy thì, có bao nhiêu người sẽ được cứu?

Cũng như đã nói trong Giê-rê-mi 31:3, "Ta đã lấy sự yêu thương đời đời mà yêu ngươi; nên đã lấy sự nhân từ mà kéo ngươi đến," Đức Chúa Trời yêu chúng ta bằng tình yêu đời đời và vô hạn.

Chức vụ của tôi là mục sư của một hội thánh lớn, tôi đã có thể hiểu được phần nào sự nhịn nhục này của Đức Chúa Trời. Đã thấy những con người có nhiều tội lỗi hay nhược điểm, nhưng tôi cảm nhận được tấm lòng của Đức Chúa Trời nên tôi đã nhìn họ bằng con mắt đức tin là một ngày nào đó họ sẽ thay đổi và dâng sự vinh hiển cho Đức Chúa Trời. Vì tôi đã nhịn nhục với họ hết lần này đến lần khác và nhịn nhục tin họ, nên nhiều thành viên trong hội thánh đã trở thành những lãnh đạo giỏi.

Mỗi khi như vậy tôi nhanh chóng quên thời gian tôi đã chịu đựng họ, và tôi cảm thấy thời gian đó chỉ là một chốc lát. Trong 2 Phi-e-rơ 3:8 chép,"Hỡi kẻ rất yêu dấu, chớ nên quên rằng ở trước mặt Chúa một ngày như ngàn năm, ngàn năm như một ngày." và tôi có thể hiểu được câu này có nghĩa là gì. Đức Chúa Trời đã dung thứ mọi sự trong một thời gian dài như vậy và Ngài coi những lần đó chỉ là một khoảnh khắc thoáng qua. Chúng ta hãy nhận ra tình yêu này của Đức Chúa Trời và với điều đó chúng ta hãy yêu tất cả mọi người xung quanh chúng ta.

13. Tình yêu thương tin mọi sự

Nếu bạn thực sự yêu một ai đó, bạn sẽ tin tất cả mọi thứ về người đó. Thậm chí nếu người đó có một số nhược điểm, bạn vẫn sẽ cố gắng để tin người đó. Một người chồng và một người vợ được liên kết với nhau bởi tình yêu. Nếu một cặp vợ chồng không có tình yêu, thì điều đó có nghĩa là họ không tin tưởng nhau, do đó họ tranh cãi với nhau về từng vấn đề và họ nghi ngờ về tất cả mọi thứ liên quan đến người bạn đời của họ. Nhiều trường hợp nghiêm trọng họ có ảo tưởng về sự phản bội và làm cho nhau đau đớn cả thể xác và tinh thần. Nếu họ thật sự yêu nhau họ tin tưởng nhau hoàn toàn, và họ sẽ tin người bạn đời của họ là một người tốt và cuối cùng sẽ làm tốt. Như thế thì, vì họ đã tin, nên người bạn đời của họ trở nên xuất sắc trong lĩnh vực của họ hoặc thành công trong những gì họ làm.

Tin cậy và đức tin có thể là một tiêu chuẩn để đo sức mạnh của tình yêu. Vì vậy, để tin Đức Chúa Trời hoàn toàn thì phải yêu mến Ngài hoàn toàn. Áp-ra-ham, cha của đức tin, được gọi là bạn của Đức Chúa Trời. Không có bất cứ do dự nào Áp-ra-ham vâng theo mạng lệnh của Đức Chúa Trời phán với ông dâng con trai một của mình là Y-sác. Ông có thể làm như vậy vì ông đã tin Đức Chúa Trời hoàn toàn. Đức Chúa Trời đã nhìn thấy đức tin này của Áp-ra-ham và đã công nhận tình yêu của ông.

Yêu là phải tin. Những người hoàn toàn yêu mến Đức Chúa Trời cũng sẽ tin Ngài hoàn toàn. Họ tin tất cả những lời của Đức Chúa Trời 100%. Và vì họ tin mọi sự, họ phải dung thứ mọi sự.

Để dung thứ mọi sự mà ngược lại với tình yêu thương, chúng ta phải tin. Ấy là, chỉ khi chúng ta tin tất cả những lời của Đức Chúa Trời, chúng ta mới có thể hy vọng mọi sự và mới cắt bì lòng của chúng ta để cắt bỏ mọi thứ mà ngược lại với tình yêu thương. Tất nhiên, theo đúng nghĩa hơn, thì không phải là chúng ta tin Đức Chúa Trời vì chúng ta yêu mến Ngài từ ban đầu. Đức Chúa Trời yêu chúng ta trước, và bởi tin sự thật đó, chúng ta mới yêu Đức Chúa Trời. Đức Chúa Trời đã yêu chúng ta như thế nào? Ngài rộng rãi ban Con độc sanh của Ngài cho chúng ta, là những tội nhân, để mở con đường cho sự cứu rỗi của chúng ta.

Ban đầu, chúng ta có thể yêu Đức Chúa Trời được là do tin sự thật này, nhưng nếu chúng ta nuôi dưỡng tình yêu thuộc linh hoàn toàn, chúng ta sẽ đạt đến mức độ chúng ta tin hoàn toàn vì chúng ta yêu. Để nuôi dưỡng tình yêu thuộc linh hoàn toàn nghĩa là chúng ta đã cắt bỏ những sự giả dối trong lòng chúng ta rồi. Nếu chúng ta không có sự giả dối trong lòng chúng ta, chúng ta sẽ được ban cho đức tin thuộc linh như trên, với đức tin đó chúng ta có thể tin từ trong sâu thẳm tấm lòng của chúng ta. Như thế thì, chúng ta có thể không bao giờ nghi ngờ Lời của Đức Chúa Trời, và sự trông cậy của chúng ta vào Đức Chúa Trời có thể không bao giờ bị lay chuyển. Hơn nữa, nếu chúng ta nuôi dưỡng tình yêu thuộc linh hoàn toàn, chúng ta sẽ tin tất cả mọi người. Không phải vì người ta đáng tin cậy, nhưng ngay cả khi họ đầy dẫy sự gian ác và có nhiều nhược điểm, chúng ta vẫn nhìn họ bằng con mắt của đức tin.

Chúng ta phải sẵn lòng để tin bất cứ loại người nào. Chúng ta cũng phải tin vào chính chúng ta. Mặc dù chúng ta có nhiều nhược điểm, nhưng chúng ta phải tin vào Đức Chúa Trời, Đấng sẽ biến đổi chúng ta, và chúng ta phải nhìn vào chính mình bằng con mắt của đức tin, tin chúng ta sẽ sớm thay đổi. Đức Thánh Linh luôn luôn nói với chúng ta trong lòng của chúng ta, "Con có thể làm điều đó, Ta sẽ vừa giúp con." Nếu bạn tin tình yêu thương này và xưng nhận, "Con có thể làm tốt, con có thể thay đổi," thì Đức Chúa Trời sẽ làm trọn điều đó theo sự xưng nhận và đức tin của bạn. Tin cậy mới đẹp làm sao!

Đức Chúa Trời cũng tin chúng ta. Ngài tin rằng mỗi người trong chúng ta sẽ nhận biết tình yêu của Đức Chúa Trời và đi đến con đường của sự cứu rỗi. Vì Ngài nhìn vào tất cả chúng ta bằng con mắt của đức tin, Ngài rộng rãi dâng chính Con độc sanh của Ngài, Chúa Giê-su, trên thập tự giá. Đức Chúa Trời tin là dù những người đó chưa biết hay chưa tin Chúa nhưng sẽ được cứu và đến bên Đức Chúa Trời. Ngài tin là những người đã tiếp nhận Chúa sẽ được biến đổi thành loại con cái rất giống Đức Chúa Trời. Chúng ta hãy tin bất cứ loại người nào bằng tình yêu này của Đức Chúa Trời.

14. Tình yêu thương trông cậy mọi sự

Những lời nói sau đây được viết vào một trong các bia tại Tu Viện Westminster ở Anh, "Lúc trẻ, tôi đã muốn thay đổi thế giới nhưng không thể. Lúc trung niên tôi đã cố gắng thay đổi gia đình tôi nhưng không thể. Đến khi gần chết tôi đã nhận ra tôi có thể đã thay đổi được tất cả những thứ đó giá mà tôi đã thay đổi.

Thường thường, người ta cố gắng thay đổi người khác nếu người ta không thích một điều gì đó của người khác. Nhưng hầu như không thể thay đổi người khác được. Một số cặp vợ chồng đánh nhau vì những vấn đề tầm thường như bóp kem đánh răng từ trên xuống hoặc từ dưới lên. Đầu tiên chúng ta phải thay đổi chính chúng ta trước khi chúng ta cố gắng thay đổi người khác. Và sau đó bằng tình yêu dành cho họ, chúng ta có thể chờ đợi người khác thay đổi, thực sự trông cậy họ sẽ thay đổi.

Để trông cậy mọi sự là khao khát và chờ đợi tất cả mọi thứ mà bạn tin sẽ trở thành hiện thực. Ấy là, nếu chúng ta yêu mến Đức Chúa Trời, chúng ta sẽ tin mọi Lời của Đức Chúa Trời và trông cậy mọi thứ sẽ được làm theo Lời của Ngài. Bạn đang trông cậy cho những ngày bạn sẽ chia sẻ tình yêu với Đức Chúa Cha đời đời trong nước thiên đàng tuyệt đẹp. Đó là lý do tại sao bạn phải dung thứ mọi sự để chạy theo cuộc đua đức tin của bạn. Nhưng, không có sự trông cậy thì sao?

Những người không tin vào Đức Chúa Trời không thể có sự trông cậy về nước thiên đàng. Đó là lý do tại sao họ chỉ sống theo những mong muốn của họ, vì họ không có sự trông cậy cho tương lai. Họ cố gắng để đạt được nhiều thứ hơn và đấu tranh để hoàn thành tham vọng của họ. Nhưng dù họ có bao nhiêu và hưởng được bao nhiêu, họ vẫn không thể có được sự thỏa lòng thực sự. Họ sống cuộc đời của họ với nỗi sợ hãi về tương lai.

Mặt khác, những người tin Đức Chúa Trời trông cậy mọi sự, nên họ đi con đường hẹp. Tại sao chúng ta nói đó là con đường hẹp? Nghĩa là nó hẹp trong cái nhìn của những người không tin Đức Chúa Trời. Khi chúng ta đã tiếp nhận Chúa Giê-su Christ và trở thành con cái của Đức Chúa Trời, chúng ta ở trong nhà thờ cả ngày chủ nhật tham dự các buổi lễ thờ phượng, mà không cần đến bất cứ hình thức vui thú nào của trần gian. Chúng ta làm việc cho Nước Đức Chúa Trời bằng những công tác tình nguyện và cầu nguyện để sống theo Lời Đức Chúa Trời. Những việc như vậy khó để làm mà không có đức tin, và đó là lý do tại sao chúng ta nói đó là đường hẹp.

Trong 1 Cô-rinh-tô 15:19 sứ đồ Phao-lô nói: "Nếu chúng ta chỉ có sự trông cậy trong Đấng Christ về đời nầy mà thôi, thì trong cả mọi người, chúng ta là kẻ khốn nạn hơn hết." Theo quan điểm trần tục, cuộc đời dung thứ và chịu đựng vất vả dường như là gánh nặng. Nhưng nếu chúng ta trông cậy mọi sự, thì con đường này là con đường hạnh phúc hơn những con đường khác. Nếu chúng ta ở với những người mà chúng ta rất yêu thương, chúng ta sẽ được hạnh phúc ngay cả sống trong một căn nhà tồi tàn. Và suy nghĩ về thực tế đó chúng ta sẽ sống với Chúa kính yêu mãi mãi trên Thiên Đàng, chúng ta sẽ hạnh phúc làm sao! Chỉ nghĩ về điều đó chúng ta đã thấy rất vui mừng và hạnh phúc. Bằng con đường này, với tình yêu thật chúng ta chờ đợi không nao núng và trông cậy cho đến khi tất cả mọi thứ chúng ta tin trở thành hiện thực.

Mong đợi mọi thứ bằng đức tin thật là mạnh mẽ. Ví dụ, giả sử một trong các con của bạn đang đi chệch hướng và không học hành gì. Ngay cả với người con này, nếu bạn tin con mình thì bạn nói là con có thể làm điều đó, và nhìn vào con mình bằng con mắt của sự trông cậy rằng con mình sẽ thay đổi, thì cậu ấy có thể thay đổi thành người con tốt bất cứ lúc nào. Đức tin của cha mẹ sẽ khuyến khích sự tiến bộ và tự tin của con cái. Những người con có sự tự tin, có đức tin, tin là họ có thể làm được mọi sự. Họ sẽ có thể vượt qua những khó khăn, và thái độ như vậy thực sự ảnh hưởng tốt đến kết quả học tập của con cái.

Cũng giống như khi chúng ta chăm sóc các linh hồn trong hội thánh. Trong mọi trường hợp, chúng ta không được nhảy vào kết luận về bất cứ ai. Chúng ta không nên nản lòng suy nghĩ, 'Có vẻ rất khó khăn cho người đó thay đổi,' hay 'Cô ấy vẫn giống vậy.' Chúng ta phải nhìn vào tất cả mọi người bằng con mắt của sự trông cậy họ sẽ sớm thay đổi và sớm được cảm động bởi tình yêu của Đức Chúa Trời. Chúng ta phải tiếp tục cầu nguyện cho họ và khích lệ họ nói và tin, "Bạn có thể làm điều đó!"

15. Tình yêu thương nín chịu mọi sự

1 Cô-rinh-tô 13:7 nói, "[Tình yêu thương] hay dung thứ mọi sự, tin mọi sự, trông cậy mọi sự, nín chịu mọi sự." Nếu bạn yêu bạn có thể nín chịu mọi sự. Vậy thì, 'nín chịu' nghĩa là gì? Khi chúng ta dung thứ mọi sự mà không đúng với tình yêu thương, sẽ có một số hậu quả từ nó. Khi có gió trên hồ hoặc biển, sẽ có sóng. Ngay cả sau khi gió lặng dần lại, vẫn có những gợn sóng lăn tăn còn lại. Ngay cả nếu chúng ta dung thứ mọi sự, cũng sẽ không kết thúc khi chúng ta đã dung thứ với chúng. Sẽ có một số hậu quả hay di chứng từ nó.

Ví dụ, Chúa Giê-su nói trong Ma-thi-ơ 5:39, "Song ta bảo các ngươi, đừng chống cự kẻ dữ. Trái lại, nếu ai vả má bên hữu ngươi, hãy đưa má bên kia cho họ luôn." Như đã nói, thậm chí nếu ai vả má bên phải của bạn, bạn không đánh lại, nhưng chỉ nín chịu thôi. Vậy thì, đó là tất cả phải không? Sẽ có những di chứng từ nó. Bạn sẽ bị đau. Má của bạn sẽ bị thương, nhưng nỗi đau ở trong lòng bạn còn đau hơn. Tất nhiên, người ta có những lý do khác nhau về kinh nghiệm sự đau đớn trong lòng. Một số người có sự đau đớn trong lòng vì họ nghĩ họ bị vả mà không có lý do và họ giận dữ về điều đó. Nhưng những người khác đau đớn trong lòng cảm thấy hối tiếc là họ đã làm cho người khác giận dữ. Một số có thể cảm thấy hối tiếc khi nhìn thấy một người anh em không thể giữ bình tĩnh, mà biểu lộ nó ra thân thể hơn là theo cách ngầm hiểu và đúng đắn.

Hậu quả của dung thứ điều gì đó cũng có thể theo những tình huống bên ngoài. Ví dụ, ai đó vả má bên phải của bạn. Nên bạn đưa má bên kia cho họ theo Lời Chúa. Vậy thì, anh ấy cũng vả cả má bên trái của bạn. Bạn đã dung thứ điều đó theo Lời Chúa, nhưng thực tế tình hình leo thang và dường như đã càng tồi tệ hơn.

Đây là trường hợp của Đa-ni-ên. Biết rằng ông không thỏa hiệp thì ông sẽ bị ném vào hang sư tử. Vì ông yêu mến Đức Chúa Trời, nên ông không bao giờ ngừng cầu nguyện, ngay cả trong những tình huống đe dọa đến tính mạng. Hơn nữa, ông không làm điều ác với những người đang cố gắng để giết ông. Như vậy, mọi sự đã thay đổi tốt hơn cho ông vì ông đã dung thứ mọi sự theo Lời của Đức Chúa Trời phải không? Không. Ông đã bị quăng vào hang sư tử!

Chúng ta có thể nghĩ là tất cả những thử thách sẽ phải đi khỏi, nếu chúng ta dung thứ mọi sự, là thứ không đúng với tình yêu thương. Vậy, lý do tại sao những thử thách vẫn đi theo là gì? Đó là quyền năng thần hựu của Đức Chúa Trời để làm cho chúng ta trọn vẹn và ban cho chúng ta những phước hạnh lạ lùng. Các cánh đồng sẽ mang lại những vụ mùa kết quả và bội thu do chịu đựng mưa, gió, và ánh nắng mặt trời thiêu đốt. Quyền năng thần hựu của Đức Chúa Trời như vậy để chúng ta trở thành con cái thật của Đức Chúa Trời qua những thử thách.

Những Thử Thách Là Những Phước Hạnh

Kẻ thù Sa-tan và ma quỷ phá cuộc sống của con cái Đức Chúa Trời khi họ cố gắng ở trong sự sáng. Sa-tan luôn luôn cố gắng tìm những căn cứ có thể để kết tội con người, và nếu họ tỏ ra một chút tì vết, Sa-tan thực sự kết tội họ. Một ví dụ là khi ai đó hành động gian ác chống lại bạn và bạn dung thứ điều đó bên ngoài, nhưng vẫn có những sự khó chịu bên trong. Kẻ thù là Sa-tan và ma quỷ biết điều này và đưa ra những sự cáo buộc lại bạn về những cảm xúc như vậy. Thế thì, Đức Chúa Trời phải cho phép những thử thách đi theo những sự cáo buộc đó. Cho đến khi chúng ta được công nhận là chúng ta không có sự gian ác trong lòng, thì sẽ có những thử thách gọi là 'thử thách tôi luyện'. Tất nhiên, ngay cả sau khi chúng ta cắt bỏ hết mọi tội lỗi và được nên thánh hoàn toàn, thì vẫn có thể có những thử thách. Loại thử thách này được cho phép xảy ra để chúng ta có những phước hạnh lớn hơn. Qua điều này, chúng ta không phải chỉ ở mức độ không còn sự gian ác mà chúng ta sẽ nuôi dưỡng tình yêu lớn hơn và lòng nhân từ trọn vẹn hơn, không tì không vết chỗ nào.

Nguyên tắc này không chỉ về những phước hạnh cá nhân; mà còn áp dụng khi chúng ta cố gắng làm trọn công tác của nước Đức Chúa Trời. Vì Đức Chúa Trời bày tỏ những việc lớn, sự đo lường trên cái cân công bình phải được đáp ứng. Bằng cách bày tỏ đức tin lớn và những việc làm của tình yêu thương, chúng ta phải chứng minh chúng ta có chiếc bình đó để nhận sự đáp lời, để kẻ thù là Sa-tan và ma quỷ không thể không tán thành điều đó.

Vì vậy, đôi khi Đức Chúa Trời cho phép những thử thách xảy ra cho chúng ta. Nếu chúng ta nín chịu chỉ bằng lòng nhân từ và tình yêu thương, Đức Chúa Trời sẽ để chúng ta dâng sự vinh hiển cho Ngài nhiều hơn với chiến thắng lớn hơn và Ngài ban cho chúng ta những phần thưởng lớn hơn. Đặc biệt, nếu bạn vượt qua được những sự bắt bớ và những thử thách mà bạn nhận được vì lợi ích của Chúa, bạn chắc chắn sẽ nhận được những phước hạnh tuyệt vời. "Khi nào vì cớ ta mà người ta mắng nhiếc, bắt bớ, và lấy mọi điều dữ nói vu cho các ngươi, thì các ngươi sẽ được phước. Hãy vui vẻ, và nức lòng mừng rỡ, vì phần thưởng các ngươi ở trên trời sẽ lớn lắm; bởi vì người ta cũng từng bắt bớ các đấng tiên tri trước các ngươi như vậy" (Ma-thi-ơ 5:11-12).

Để Dung Thứ, Tin, Trông Cậy và Nín Chịu Mọi Sự

Nếu bạn tin mọi sự, trông cậy mọi sự bằng tình yêu thương, bạn có thể vượt qua được bất cứ thử thách nào. Vậy thì, chúng ta cho là phải tin, trông cậy, và nín chịu mọi sự chính xác là như thế nào?

Thứ nhất, chúng ta phải tin vào tình yêu của Đức Chúa Trời cho đến cuối cùng, ngay cả trong những thử thách.

1 Phi-e-rơ 1:7 nói, "...hầu cho sự thử thách đức tin anh em quí hơn vàng hay hư nát, dầu đã bị thử lửa, sanh ra ngợi khen, tôn trọng, vinh hiển cho anh em khi Đức Chúa Jêsus Christ hiện ra." Ngài tôi luyện chúng ta để chúng ta sẽ có đủ những phẩm chất để có thể vui hưởng sự ngợi khen, vinh hiển, tôn trọng khi đời sống của chúng ta còn ở trên đất này.

Hơn nữa, nếu chúng ta sống theo Lời của Đức Chúa Trời hoàn toàn không thỏa hiệp với thế gian, chúng ta có thể có một số duyên cớ mà chúng ta phải đối mặt với những đau đớn bất công. Mỗi lần như vậy, chúng ta phải tin là chúng ta đang nhận được tình yêu thương đặc biệt của Đức Chúa Trời. Vậy nên, thay vì nản lòng, chúng ta sẽ cảm tạ Chúa vì Đức Chúa Trời đang dẫn dắt chúng ta đến những nơi cư ngụ tốt hơn trên Thiên Đàng. Ngoài ra, chúng ta phải tin vào tình yêu của Đức Chúa Trời, và chúng ta phải tin cho đến cuối cùng. Có thể có một số đau đớn trong những thử thách của đức tin.

Nếu sự đau đớn quá khốc liệt và nó kéo dài rất lâu, chúng ta có thể nghĩ, "Tại sao Đức Chúa Trời không vừa giúp tôi? Ngài không yêu tôi nữa phải không?" Nhưng trong những lần như này, chúng ta phải nhớ tình yêu của Đức Chúa Trời rõ hơn và nín chịu những thử thách. Chúng ta phải tin là Đức Chúa Cha muốn dẫn dắt chúng ta đến những nơi cư ngụ tốt hơn trên Thiên Đàng vì Ngài yêu chúng ta. Nếu chúng ta nín chịu cho đến cuối cùng, thì dứt khoát chúng ta sẽ trở thành con cái trọn vẹn của Đức Chúa Trời. "Nhưng sự nhịn nhục phải làm trọn việc nó, hầu cho chính mình anh em cũng trọn lành toàn vẹn, không thiếu thốn chút nào" (Gia-cơ 1:4).

Thứ hai, nín chịu mọi sự chúng ta phải tin là những thử thách chỉ là một đường cắt để làm trọn những sự trông đợi của chúng ta.

Rô-ma 5:3-4 nói, "Nào những thế thôi, nhưng chúng ta cũng khoe mình trong hoạn nạn nữa, vì biết rằng hoạn nạn sanh sự nhịn nhục, sự nhịn nhục sanh sự rèn tập, sự rèn tập sanh sự trông cậy." Những sự hoạn nạn ở đây giống như một đường cắt để đạt tới các sự trông cậy. "Ôi, khi nào tôi có thể thay đổi?" nhưng nếu bạn nín chịu và tiếp tục thay đổi đi thay đổi lại, thì dần dần cuối cùng bạn cũng trở thành một con cái thật và trọn vẹn của Đức Chúa Trời giống như Ngài.

Vì vậy, khi sự thử thách đến, bạn không nên tránh nó, nhưng cố gắng vượt qua bằng những nỗ lực tốt nhất của bạn. Tất nhiên, quy luật tự nhiên và mong muốn tự nhiên đối với con người là chọn cách đó là cách dễ nhất. Nhưng nếu chúng ta cố gắng tránh xa những thử thách, thì hành trình của chúng ta sẽ còn dài hơn nhiều. Ví dụ, có một người liên tục và trong mọi chuyện dường như đều gây nan đề cho bạn. Bạn không thẳng thắn bày tỏ điều đó bên ngoài, nhưng bạn cảm thấy khó chịu bất cứ khi nào bạn gặp người đó. Vậy nên, bạn chỉ muốn tránh người đó. Trong tình huống này, bạn không nên chỉ cố gắng bỏ qua tình hình, nhưng bạn phải vượt qua nó cách tích cực. Bạn phải nín chịu những thử thách mà bạn có với người đó, và nuôi dưỡng trong lòng để thực sự hiểu và tha thứ cho người đó. Rồi, Đức Chúa Trời sẽ ban cho bạn ân điển và bạn sẽ thay đổi. Tương tự như vậy, từng thử thách sẽ trở thành từng hòn đá giậm bước và đường cắt trên con đường thực hiện những sự trông cậy của bạn.

Thứ ba, nín chịu mọi sự, chúng ta chỉ làm điều thiện.

Khi phải đối mặt với những hậu quả, thậm chí sau khi nín chịu mọi sự theo Lời của Đức Chúa Trời, thường thường người ta oán trách lại Đức Chúa Trời. Họ phàn nàn là "Tại sao hoàn cảnh không thay đổi ngay cả sau khi thực hành Lời của Đức Chúa Trời?" Kẻ thù là Sa-tan và ma quỷ mang đến mọi thử thách của đức tin. Thử thách và hoạn nạn là những trận chiến giữa thiện và ác.

Để giành được chiến thắng trong trận chiến thuộc linh, chúng ta phải chiến đấu theo những nguyên tắc của chiến trận thuộc linh. Luật của chiến trận thuộc linh là cái thiện cuối cùng thắng.

Rô-ma 12:21 nói, "Đừng để điều ác thắng mình, nhưng hãy lấy điều thiện thắng điều ác." Nếu chúng ta hành động theo con đường thiện này, có thể có vẻ như chúng ta phải đối diện với mất mát và chúng ta mất một lát, nhưng trong thực tế, thì ngược lại. Đó là bởi vì Đức Chúa Trời công bình và tốt lành tể trị cả may mắn và rủi ro, cả sự sống và sự chết của nhân loại. Vì thế, khi chúng ta đang phải đối diện với những thử thách và hoạn nạn, cùng sự bắt bớ, chúng ta phải hành động chỉ điều thiện.

Trong một số trường hợp có nhiều tín hữu phải đối diện với sự bắt bớ từ các thành viên trong gia đình người ngoại của họ. Trong trường hợp như vậy, các tín hữu có thể nghĩ, "Tại sao chồng tôi lại ác thế? Tại sao vợ tôi lại ác thế?" Nhưng sau đó, thử thách sẽ trở nên lớn hơn và lâu hơn. Điều thiện trong loại tình huống này là gì? Bạn phải cầu nguyện bằng tình yêu thương và phục vụ họ trong Chúa. Bạn phải trở nên là sự sáng để tỏa sáng rạng rỡ trên gia đình của bạn.

Nếu bạn chỉ làm điều thiện với họ, Đức Chúa Trời sẽ làm công việc của Ngài vào thời điểm thích hợp nhất. Ngài sẽ đuổi kẻ thù là Sa-tan và ma quỷ ra, và cũng cảm động lòng các thành viên trong gia đình của bạn. Mọi nan đề sẽ được giải quyết khi bạn hành động trong điều thiện theo những nguyên tắc của Đức Chúa Trời. Khí giới quyền năng nhất trong chiến trường thuộc linh không phải ở năng lực hay sự khôn ngoan của con người nhưng ở sự nhân từ của Đức Chúa Trời. Chúng ta hãy nín chịu chỉ trong sự nhân từ và làm những việc lành.

Có ai xung quanh bạn mà bạn nghĩ là rất khó ở cùng hoặc khó dung thứ không? Một số người lúc nào cũng phạm sai lầm, làm thiệt hại và gây khó khăn cho những người khác. Một số phàn nàn rất nhiều và thậm chí trở nên hay hờn dỗi vì những chuyện nhỏ nhặt. Nhưng nếu bạn nuôi dưỡng tình yêu thật trong lòng bạn, thì không có ai mà bạn không thể dung thứ được. Vì bạn sẽ yêu thương người khác như chính mình, cũng giống như Chúa Giê-su đã phán dạy chúng ta phải yêu người lân cận như chính mình (Ma-thi-ơ 22:39).

Đức Chúa Cha cũng hiểu chúng ta và nín chịu với chúng ta như thế này. Cho đến khi bạn nuôi dưỡng tình yêu này trong bạn, bạn phải sống giống như một trai ngọc. Khi có một vật lạ như cát, rong biển, hoặc mảnh vỏ hến nhỏ kẹt giữa vỏ và thịt của nó, trai ngọc biến đổi vật này thành ngọc trai quý giá! Bằng cách này, nếu chúng ta nuôi dưỡng tình yêu thuộc linh, chúng ta sẽ đi qua cổng ngọc trai và vào Giê-ru-sa-lem Mới là nơi có ngai của Đức Chúa Trời ở đó.

Thử tưởng tượng lúc bạn sẽ đi qua các cửa ngọc trai và gợi nhớ lại quá khứ của bạn trên đất này. Chúng ta có thể phải xưng nhận với Đức Chúa Cha là, "Cảm ơn Ngài vì dung thứ, tin, trông cậy, và nín chịu mọi sự vì con," để Ngài sẽ nắn tấm lòng của chúng ta đẹp như ngọc trai.

Đặc Tính của Tình Yêu Thương Thuộc Linh III

12. Tình yêu thương dung thứ mọi sự

13. Tình yêu thương tin mọi sự

14. Tình yêu thương trông cậy mọi sự

15. Tình yêu thương nín chịu mọi sự

Tình Yêu Thương Trọn Vẹn

"Tình yêu thương chẳng hề hư mất bao giờ. Các lời tiên tri sẽ hết, sự ban cho nói tiếng lạ sẽ thôi, sự thông biết hầu bị bỏ. Vì chưng chúng ta hiểu biết chưa trọn vẹn, nói tiên tri cũng chưa trọn vẹn; song lúc sự trọn lành đã đến, thì sự chưa được trọn lành sẽ bị bỏ. Khi tôi còn là con trẻ, tôi nói như con trẻ, tư tưởng như con trẻ, suy xét như con trẻ; khi tôi đã thành nhân, bèn bỏ những điều thuộc về con trẻ. Ngày nay chúng ta xem như trong một cái gương, cách mập mờ: Đến bấy giờ chúng ta sẽ thấy hai mặt đối nhau; ngày nay tôi biết chưa hết: Đến bấy giờ tôi sẽ biết như Chúa đã biết tôi vậy. Nên bây giờ còn có ba điều nầy: Đức tin, sự trông cậy, tình yêu thương; nhưng điều trọng hơn trong ba điều đó là tình yêu thương."

1 Cô-rinh-tô 13:8-13

Khi bạn đi đến Thiên Đàng, nếu bạn có thể mang theo một thứ đi cùng bạn, bạn sẽ mang theo cái gì? Vàng? Kim cương? Tiền bạc? Tất cả những thứ này đều vô dụng trên Thiên Đàng. Trên Thiên Đàng, những con đường mà bạn bước đi đều là vàng ròng. Những gì Đức Chúa Cha đã chuẩn bị cho nơi cư ngụ ở Thiên Đàng đều rất đẹp và quý giá. Đức Chúa Trời hiểu lòng chúng ta và chuẩn bị những điều tốt nhất bằng hết sự nỗ lực của Ngài. Nhưng có một thứ mà chúng ta có thể mang theo từ trên đất này, thứ đó cũng sẽ rất có giá trị ở trên Thiên Đàng. Đó là tình yêu thương. Tình yêu được nuôi dưỡng trong lòng chúng ta đương khi chúng ta còn sống ở thế gian này.

Tình Yêu Thương Cũng Cần Ở Thiên Đàng

Khi sự nuôi dưỡng con người qua đi và chúng ta vào Nước Thiên Đàng, mọi thứ trên đất này đều sẽ biến mất (Khải Huyền 21:1). Thi Thiên 103:15 nói, "Đời loài người như cây cỏ; Người sanh trưởng khác nào bông hoa nơi đồng." Ngay cả những thứ vô hình như sự giàu có, danh vọng và quyền lực cũng sẽ biến mất. Tất cả tội lỗi và bóng tối như hận thù, những cuộc tranh cãi, đố kỵ, ghen tị đều sẽ biến mất.

Nhưng 1 Cô-rinh-tô 13:8-10 nói, "Tình yêu thương chẳng hề hư mất bao giờ. Các lời tiên tri sẽ hết, sự ban cho nói tiếng lạ sẽ thôi, sự thông biết hầu bị bỏ. Vì chưng chúng ta hiểu biết chưa trọn vẹn, nói tiên tri cũng chưa trọn vẹn; song lúc sự trọn lành đã đến, thì sự chưa được trọn lành sẽ bị bỏ."

Sự ban cho nói tiên tri, tiếng lạ, sự thông biết về Đức Chúa Trời đều là những thứ thuộc linh, vậy tại sao chúng sẽ đều bị bỏ? Thiên Đàng ở trong lĩnh vực thuộc linh và là một nơi hoàn hảo. Ở Thiên Đàng chúng ta sẽ hiểu biết rõ mọi thứ. Mặc dù chúng ta tương giao với Đức Chúa Trời và nói tiên tri rõ ràng, nhưng điều đó hoàn toàn khác với sự hiểu biết tất cả mọi thứ ở Nước Thiên Đàng trong tương lai. Vậy thì, chúng ta sẽ hiểu rõ tấm lòng của Đức Chúa Cha và Chúa chúng ta, nên những lời tiên tri sẽ không cần thiết nữa.

Cũng giống như tiếng lạ. Ở đây, 'tiếng lạ' nói đến những ngôn ngữ khác nhau. Bây giờ, chúng ta có nhiều ngôn ngữ khác nhau trên đất này, do đó để nói chuyện với những người mà nói các ngôn ngữ khác nhau, chúng ta phải học ngôn ngữ của họ. Vì những sự khác nhau về văn hóa, chúng ta cần rất nhiều thời gian và sự cố gắng để chia sẻ tấm lòng và suy nghĩ. Ngay cả khi chúng ta nói cùng một ngôn ngữ, chúng ta cũng không thể hiểu hết hoàn toàn tấm lòng và suy nghĩ của người khác. Ngay cả khi chúng ta nói lưu loát và trau chuốt, cũng không phải dễ truyền đạt tấm lòng và suy nghĩ của chúng ta 100%. Vì những lời nói, chúng ta có thể có những sự hiểu lầm và cãi vã. Ngoài ra còn có nhiều vi phạm sai lầm trong lời nói.

Nhưng nếu chúng ta đi Thiên Đàng, chúng ta không phải lo lắng về những điều này. Chỉ có một ngôn ngữ ở trên Thiên Đàng. Vì vậy, không cần phải lo lắng về việc không hiểu được những người khác. Vì lòng tốt được truyền đạt như nó vốn có, nên không thể có bất cứ sự hiểu lầm hay thành kiến gì.

Sự thông biết cũng giống như vậy. Ở đây, 'sự thông biết' nói đến sự hiểu biết Lời Đức Chúa Trời. Khi chúng ta đang sống trên đất này, chúng ta siêng năng học Lời Đức Chúa Trời. Qua 66 sách của Kinh Thánh, chúng ta biết cách chúng ta có thể được cứu và có được sự sống đời đời như thế nào. Chúng ta học biết ý muốn của Đức Chúa Trời, nhưng đó chỉ là một phần ý muốn của Đức Chúa Trời, chỉ là những gì chúng ta cần phải làm để đi Thiên Đàng.

Ví dụ, chúng ta nghe, học hỏi và thực hành các từ như: 'Hãy yêu thương nhau,' 'đừng đố kỵ, đừng ghen tị,'... Nhưng ở Thiên Đàng, chỉ có tình yêu thương, và như vậy, chúng ta không cần loại thông biết này ở đó. Mặc dù chúng là những thứ thuộc linh, nhưng cuối cùng thì ngay cả các lời tiên tri, nói tiếng lạ, và tất cả sự thông biết đều cũng sẽ biến mất. Vì chúng ta chỉ cần chúng tạm thời trong thế giới vật chất này.

Do đó, điều quan trọng là phải biết Lời của lẽ thật và biết về Thiên Đàng, nhưng quan trọng hơn nữa là phải nuôi dưỡng tình yêu thương. Đến mức chúng ta cắt bì lòng của chúng ta và nuôi dưỡng tình yêu thương để chúng ta có thể vào nhà ở trên trời tốt hơn.

Tình Yêu Thương Quý Giá Đời Đời

Chỉ cần nhớ lại thời mối tình đầu của bạn. Bạn đã hạnh phúc làm sao! Như chúng ta nói chúng ta bị tình yêu làm cho mù quáng, nếu chúng ta thực sự yêu ai đó, chúng ta có thể chỉ nhìn thấy những điều tốt từ người đó và tất cả mọi thứ trên thế giới này đều tốt đẹp cả. Ánh nắng mặt trời có vẻ sáng hơn bao giờ hết, và chúng ta có thể cảm nhận được hương thơm và thậm chí cảm nhận được cả không khí. Có một số báo cáo thí nghiệm cho biết các bộ phận của não kiểm soát những suy nghĩ tiêu cực và chỉ trích rất ít hoạt động đối với những người đang yêu. Cũng theo cách như vậy, nếu bạn tràn ngập tình yêu của Đức Chúa Trời trong lòng bạn, bạn cũng rất vui ngay cả khi bạn không ăn. Ở Thiên Đàng, loại vui mừng này sẽ kéo dài mãi mãi.

Đời sống của chúng ta trên đất này giống như đời sống của một đứa trẻ so với đời sống chúng ta sẽ có ở Thiên Đàng. Một em bé vừa mới bắt đầu nói thì chỉ có thể nói được một vài từ đơn giản như 'mẹ' và 'ba'. Em bé không thể diễn đạt nhiều điều cụ thể chi tiết được. Ngoài ra, trẻ em không thể hiểu được những điều phức tạp ở thế giới của người lớn. Trẻ em nói, hiểu, và suy nghĩ trong sự hiểu biết và khả năng của chúng như là trẻ em. Chúng không có một khái niệm chính xác về giá trị của tiền bạc, vì vậy nếu đưa cho chúng một đồng xu và một tờ ngân phiếu, đương nhiên chúng cầm đồng xu. Vì chúng biết đồng xu là thứ có giá trị cho chúng dùng để mua kẹo hoặc kem, nhưng chúng không biết giá trị của những tờ ngân phiếu.

Tương tự như sự hiểu biết của chúng ta về Thiên Đàng đương khi chúng ta còn sống ở trên đất này. Chúng ta biết Thiên Đàng là một nơi tuyệt đẹp, nhưng khó để diễn đạt Thiên Đàng đẹp thực sự như thế nào. Trong Vương Quốc Thiên Đàng, không có giới hạn, vì vậy vẻ đẹp có thể được diễn đạt đến mức tối đa. Khi chúng ta lên Thiên Đàng, chúng ta cũng sẽ có thể hiểu được những lĩnh vực thuộc linh vô hạn và mầu nhiệm, cùng các nguyên tắc mà mọi thứ hoạt động. Điều này được nói trong 1 Cô-rinh-tô 13:11, "Khi tôi còn là con trẻ, tôi nói như con trẻ, tư tưởng như con trẻ, suy xét như con trẻ; khi tôi đã thành nhân, bèn bỏ những điều thuộc về con trẻ."

Trong Nước Thiên Đàng, không có bóng tối, không có lo lắng hay bồn chồn. Chỉ có sự tốt lành và tình yêu thương. Vì vậy, chúng ta có thể bày tỏ tình yêu của chúng ta và phục vụ lẫn nhau nhiều như chúng ta muốn. Bởi vậy, thế giới vật chất và lĩnh vực thuộc linh hoàn toàn khác nhau. Tất nhiên, ngay cả trên đất này, còn có một sự khác biệt lớn trong sự hiểu biết và suy nghĩ của con người tùy theo lượng đức tin của mỗi người.

Trong 1 Giăng chương 2, mỗi mức độ đức tin được so sánh với con cái bé mọn, con trẻ, người trẻ tuổi, và phụ lão. Đối với những người ở mức độ đức tin của con cái bé mọn hay của con trẻ, thì họ giống như con trẻ thuộc linh. Họ thực sự không thể hiểu được những điều thuộc linh sâu xa. Họ có ít sức lực để thực hành Lời Chúa. Nhưng khi họ trở thành những người trẻ tuổi và phụ lão, thì lời nói của họ, suy nghĩ và hành động của họ cũng trở nên khác. Họ có nhiều khả năng để thực hành Lời Chúa hơn, và họ có thể giành chiến thắng trong trận chiến chống lại quyền lực của sự tối tăm. Nhưng mặc dù chúng ta đạt tới đức tin của những phụ lão trên đất này, chúng ta có thể nói chúng ta vẫn giống như con trẻ so với thời điểm chúng ta sẽ vào Nước Thiên Đàng.

Chúng Ta Sẽ Cảm Nhận Được Tình Yêu Trọn Vẹn

Tuổi thơ là thời gian chuẩn bị để trở thành người lớn, và tương tự như vậy, đời sống ở trên đất này là thời gian chuẩn bị cho sự sống đời đời. Và, thế gian này giống như một cái bóng so với vương quốc đời đời trên trời, và thế gian này qua đi nhanh chóng. Bóng thì không phải là sự tồn tại thật. Nói cách khác, bóng không có thật. Nó chỉ là một hình ảnh giống như sự tồn tại ban đầu.

Vua Đa-vít đã chúc tạ ơn Chúa trước mặt cả hội chúng, và nói, "Vì chúng tôi tại trước mặt Chúa vốn là kẻ lạ, và kẻ ở đậu như các tổ phụ chúng tôi; các ngày chúng tôi tại trên đất, khác nào cái bóng, không mong ở lâu được" (1 Sử ký 29:15).

Khi chúng ta nhìn vào bóng của một cái gì đó, chúng ta có thể hiểu được hình bóng chung của vật đó. Thế giới vật chất này cũng giống như một cái bóng, cho chúng ta ý tưởng vắn tắt về thế giới đời đời. Khi cái bóng, là sự sống trên đất này, qua đi, bản thể thật sẽ được bộc lộ rõ ràng. Ngay bây giờ, chúng ta biết về lĩnh vực thuộc linh chỉ ngờ ngợ và mập mờ, như chúng ta đang nhìn vào gương. Nhưng khi chúng ta đến nước Thiên Đàng, chúng ta sẽ hiểu rõ như khi chúng ta nhìn thấy mặt đối mặt.

1 Cô-rinh-tô 13:12, "Ngày nay chúng ta xem như trong một cái gương, cách mập mờ: Đến bấy giờ chúng ta sẽ thấy hai mặt đối nhau; ngày nay tôi biết chưa hết: Đến bấy giờ tôi sẽ biết như Chúa đã biết tôi vậy." Sứ đồ Phao-lô viết Chương Tình Yêu Thương này, khoảng 2.000 năm trước. Gương thời đó không rõ như gương hiện nay. Nó không phải được làm bằng kính. Họ mài bạc, đồng hoặc thép và đánh bóng thứ kim loại đó để phản chiếu ánh sáng. Đó là lý do tại sao gương nhìn mập mờ. Dĩ nhiên, một số người nhìn thấy và cảm nhận được Nước Thiên Đàng sống động hơn bằng đôi mắt thuộc linh được mở ra. Ấy thế mà, chúng ta có thể cảm nhận được vẻ đẹp và niềm hạnh phúc của Thiên Đàng vẫn chỉ mập mờ.

Sau này, khi chúng ta bước vào Vương Quốc Thiên Đàng đời đời, chúng ta sẽ thấy rõ từng chi tiết của Vương Quốc và trực tiếp cảm nhận Nước Trời. Chúng ta sẽ học biết về sự vĩ đại, hùng vĩ, và vẻ đẹp của Đức Chúa Trời, là những lời sâu sắc hơn.

Tình Yêu Thương Là Điều Trọng Hơn Trong Đức Tin, sự Trông Cậy, và Tình Yêu Thương

Đức tin và sự trông cậy rất quan trọng cho đức tin của chúng ta lớn lên. Chúng ta có thể được cứu và đến được Thiên Đàng chỉ khi chúng ta có đức tin. Chúng ta có thể trở nên con cái của Đức Chúa Trời chỉ bằng đức tin. Vì chúng ta có thể có được sự cứu rỗi, sự sống đời đời, và Nước Thiên Đàng cũng chỉ bằng đức tin, đức tin rất quý. Và kho báu của tất cả các kho báu là đức tin; đức tin là chìa khóa để nhận được sự đáp lời cho sự cầu nguyện của chúng ta.

Thế còn sự trông cậy? Sự trông cậy cũng quý; Chúng ta nắm giữ được những chỗ ở tốt hơn trên Thiên Đàng bởi có sự trông cậy. Vì vậy, nếu chúng ta có đức tin, chúng ta tự nhiên sẽ có sự trông cậy. Nếu chúng ta chắc chắn tin Đức Chúa Trời, tin Thiên Đàng và Địa Ngục, chúng ta sẽ có sự trông cậy về Thiên Đàng. Hơn nữa, nếu chúng ta có sự trông cậy, chúng ta sẽ cố gắng để được nên thánh và làm việc trung tín cho Vương Quốc của Đức Chúa Trời. Đức tin và sự trông cậy là điều cần thiết cho đến khi chúng ta đến được Nước Thiên Đàng. Nhưng 1 Cô-rinh-tô 13:12 nói tình yêu thương là trọng nhất, và tại sao?

Thứ nhất, đức tin và sự trông cậy chỉ cần thiết trong lúc chúng ta đang sống ở trên đất này, và duy nhất có tình yêu thuộc linh là còn lại ở trong Nước Thiên Đàng.

Ở Thiên Đàng, chúng ta không phải tin bất cứ điều gì mà không nhìn thấy hoặc trông cậy về bất cứ điều gì nữa vì tất cả mọi thứ sẽ ở đó ngay trước mắt chúng ta. Giả sử có người nào đó mà bạn rất yêu thương, và một tuần rồi bạn không gặp người ấy, hoặc lâu hơn nữa, mười năm. Chúng ta sẽ có những cảm xúc sâu sắc hơn nhiều và lớn hơn nhiều khi chúng ta gặp lại người ấy sau mười năm xa cách. Và gặp lại người mà chúng ta đã nhớ suốt mười năm qua, có phải là người chúng ta sẽ vẫn nhớ phải không?

Đời sống Cơ-đốc-nhân của chúng ta cũng vậy. Nếu chúng ta thật sự có đức tin và yêu mến Đức Chúa Trời, thì sự trông cậy và đức tin của chúng ta càng ngày càng lớn lên. Chúng ta sẽ càng ngày càng nhớ Chúa tha thiết hơn theo thời gian. Những người có sự trông cậy về Thiên Đàng theo cách này sẽ không nói là khó mặc dù họ đang đi con đường hẹp trên đất này, và họ sẽ không bị ảnh hưởng bởi bất cứ sự cám dỗ nào. Và khi chúng ta đến được đích cuối cùng của mình, Nước Thiên Đàng, chúng ta sẽ không cần đức tin và sự trông cậy nữa. Nhưng tình yêu thương vẫn còn mãi mãi ở Thiên Đàng, và đó là lý do tại sao Kinh Thánh nói tình yêu thương là trọng hơn nhất.

Thứ hai, chúng ta có thể có được Thiên Đàng bằng đức tin, nhưng không có tình yêu thương, chúng ta không thể có được chỗ ở đẹp nhất ở Giê-ra-sa-lem Mới.

Chúng ta có thể mạnh mẽ nắm lấy Vương Quốc Thiên Đàng đến mức chúng ta hành động bằng đức tin và sự trông cậy. Đến mức chúng ta sống theo Lời của Đức Chúa Trời, cắt bỏ tội lỗi, và nuôi dưỡng tấm lòng nhân đức, chúng ta sẽ được ban cho đức tin thuộc linh, và theo lượng đức tin thuộc linh này, chúng ta sẽ được ban cho những nơi ở khác nhau ở trên Thiên Đàng: Pa-ra-đi, Vương Quốc Thiên Đàng Thứ Nhất, Vương Quốc Thiên Đàng Thứ Hai, Vương Quốc Thiên Đàng Thứ Ba và Giê-ru-sa-lem Mới.

Pa-ra-đi dành cho những người có đức tin chỉ được cứu bằng cách tiếp nhận Chúa Giê-su Christ. Nghĩa là họ đã không làm bất cứ điều gì cho Vương Quốc của Đức Chúa Trời. Vương Quốc Thiên Đàng Thứ Nhất là dành cho những người đã cố gắng sống theo Lời Chúa sau khi tiếp nhận Chúa Giê-su Christ. Nơi đây đẹp hơn rất nhiều so với Pa-ra-đi. Vương Quốc Thiên Đàng Thứ Hai dành cho những người đã sống theo Lời Chúa bằng sự yêu mến của họ đối với Đức Chúa Trời và đã trung tín với Vương Quốc của Đức Chúa Trời. Vương Quốc Thiên Đàng Thứ Ba dành cho những ai yêu mến Đức Chúa Trời đến mức tối đa và đã cắt bỏ mọi hình thức gian ác để được nên thánh. Giê-ru-sa-lem Mới là dành cho những người có đức tin làm đẹp lòng Đức Chúa Trời và đã trung tín trong cả nhà Đức Chúa Trời.

Giê-ru-sa-lem Mới là một nơi cư ngụ ở Thiên Đàng ban cho

con cái của Đức Chúa Trời là những người đã nuôi dưỡng tình yêu trọn vẹn bằng đức tin, và đó là một tinh thể của tình yêu thương. Trong thực tế, không có ai ngoài Chúa Giê-su Christ, Con độc sanh của Đức Chúa Trời mới có những phẩm chất để có thể vào Giê-ru-sa-lem Mới. Nhưng chúng ta là những tạo vật cũng có thể có những phẩm chất đó để vào được nếu chúng ta được xưng công bình nhờ huyết báu của Chúa Giê-su Christ và có đức tin trọn vẹn.

Để chúng ta giống Chúa và ngự ở Giê-ru-sa-lem Mới, chúng ta phải đi theo con đường mà Chúa Giê-su đã chọn. Con đường đó là tình yêu thương. Chỉ với tình yêu này chúng ta mới có thể sanh ra được chín bông trái của Đức Thánh Linh và có phước lớn xứng đáng là con cái thật của Đức Chúa Trời, những người có đặc tính của Chúa. Một khi chúng ta có được những phẩm chất là con cái của Đức Chúa Trời thật, chúng ta sẽ nhận được bất cứ điều gì chúng ta xin trên đất này, và chúng ta sẽ có đặc ân để có thể bước đi với Chúa mãi mãi trên Thiên Đàng. Do đó, chúng ta có thể đến Thiên Đàng khi chúng ta có đức tin, và chúng ta có thể cắt bỏ mọi tội lỗi khi chúng ta có sự trông cậy. Vì lý do này đức tin và sự trông cậy chắc chắn cần thiết, nhưng tình yêu thương là trọng hơn nhất vì chúng ta có thể vào được Giê-ru-sa-lem Mới chỉ khi chúng ta có tình yêu thương.

"Đừng mắc nợ ai chi hết, chỉ mắc nợ về sự yêu thương nhau mà thôi, vì ai yêu kẻ lân cận mình ấy là đã làm trọn luật pháp. Vả, những điều răn nầy: Ngươi chớ phạm tội tà dâm, chớ giết người, chớ trộm cướp, chớ tham lam, và mọi điều răn khác nữa, bất luận điều nào, đều tóm lại trong một lời nầy: Ngươi phải yêu kẻ lân cận mình như mình. Sự yêu thương chẳng hề làm hại kẻ lân cận; vậy yêu thương là sự làm trọn luật pháp."

Rô-ma 13:8-10

Phần 3

Yêu Thương là sự Làm Trọn Luật Pháp

Chương 1 : Tình Yêu Thương của Đức Chúa Trời

Chương 2 : Tình Yêu Thương của Đấng Christ

Tình Yêu Thương của Đức Chúa Trời

"Chúng ta đã biết và tin sự yêu thương của Đức Chúa Trời đối với chúng ta. Đức Chúa Trời tức là sự yêu thương, ai ở trong sự yêu thương, là ở trong Đức Chúa Trời, và Đức Chúa Trời ở trong người ấy."

1 Giăng 4:16

Trong khi làm việc với những người da đỏ Quechua, Elliot bắt đầu chuẩn bị để đến được các bộ lạc của người da đỏ Huaorani nổi tiếng về bạo lực. Ông và bốn nhà truyền giáo khác, Ed McCully, Roger Youderian, Peter Fleming và một phi công của họ là Nate Saint, đã liên lạc từ máy bay của họ với người da đỏ Huaorani, sử dụng loa phóng thanh và cái giỏ để chuyển quà xuống. Sau vài tháng, những người này quyết định xây dựng một căn cứ có khoảng cách gần với bộ lạc người da đỏ, dọc theo sông Curaray. Ở đó, họ đã được các nhóm nhỏ của người da đỏ Huaorani đến tiếp xúc với họ, và thậm chí đã cho một chuyến máy bay đến thăm một người hiếu kỳ ở Huaorani, người mà họ gọi là "George" (tên thật của ông là Naenkiwi). Được khích lệ bởi những cuộc gặp gỡ thân thiện, họ bắt đầu có kế hoạch đi thăm Huaorani, nhưng kế hoạch của họ đã bị chặn trước bởi sự xuất hiện của một nhóm đông người Huaorani, là những người đã giết Elliot và bốn người đồng hành với ông vào Ngày 8 Tháng 1 Năm 1956, thân thể của Elliot bị cắt xẻo đã được tìm thấy ở hạ lưu, cùng với những người kia, ngoại trừ của Ed McCully.

Elliot và những người bạn của ông ngay lập tức trở nên nổi tiếng trên toàn thế giới là những người tử đạo, và Tạp Chí Đời Sống đã xuất bản một bài viết dài 10 trang về sứ mệnh và cái chết của họ. Họ được công nhận là những người đã lóe lên sự quan tâm về sứ mệnh của Cơ-đốc-nhân trong lòng giới trẻ vào thời của họ, và vẫn được xem là một sự khích lệ cho các hội truyền giáo của Cơ-đốc-nhân làm việc trên toàn thế giới. Sau cái chết của chồng, Elisabeth Elliot và những nhà truyền giáo khác đã bắt đầu làm việc giữa những người da đỏ Auca, nơi đây họ đã có tác động sâu sắc và đã chinh phục được nhiều người hoán cải. Nhiều linh hồn đã được chinh phục bằng tình yêu của Đức Chúa Trời.

"Đừng mắc nợ ai chi hết, chỉ mắc nợ về sự yêu thương nhau mà thôi, vì ai yêu kẻ lân cận mình ấy là đã làm trọn luật pháp. Vả, những điều răn nầy: Ngươi chớ phạm tội tà dâm, chớ giết người, chớ trộm cướp, chớ tham lam, và mọi điều răn khác nữa, bất luận điều nào, đều tóm lại trong một lời nầy: Ngươi phải yêu kẻ lân cận mình như mình. Sự yêu thương chẳng hề làm hại kẻ lân cận; vậy yêu thương là sự làm trọn luật pháp" (Rô-ma 13:8-10).

Mức cao nhất của tình yêu trong số tất cả các loại tình yêu là tình yêu thương của Đức Chúa Trời đối với chúng ta. Sáng tạo mọi vật và con người cũng bắt nguồn từ tình yêu của Đức Chúa Trời.

Đức Chúa Trời đã tạo dựng muôn loài vạn vật và con người vì tình yêu của Ngài

Ban đầu Đức Chúa Trời nuôi dưỡng không gian rộng lớn của vũ trụ trong Chính Ngài. Vũ trụ này là một vũ trụ khác với vũ trụ mà chúng ta biết ngày nay. Đó là một không gian mà không có đầu tiên hay cuối cùng cũng không có giới hạn. Tất cả mọi thứ được làm theo ý muốn của Đức Chúa Trời và những gì Ngài nuôi dưỡng trong lòng Ngài. Vậy thì, nếu Đức Chúa Trời có thể làm và có bất cứ điều gì Ngài muốn, tại sao Ngài lại dựng nên con người? Ngài muốn con cái thật, là con Ngài có thể chia sẻ vẻ đẹp trong thế giới của Ngài, thế giới mà Ngài đang chiêm ngưỡng. Ngài muốn chia sẻ không gian nơi mà tất cả mọi thứ được làm thành như ý muốn. Ý tưởng của con người cũng tương tự như vậy; chúng ta muốn cởi mở chia sẻ những điều tốt đẹp với những người mà chúng ta yêu thương. Với sự trông cậy này, Đức Chúa

Trời có kế hoạch nuôi dưỡng con người để có được con cái thật.

Bước đầu tiên, Ngài phân chia vũ trụ thành thế giới vật chất và thế giới tâm linh, và tạo dựng đạo binh trên trời, các thiên sứ, và các thần linh khác, cùng tất cả những thứ cần thiết khác trong lĩnh vực tâm linh. Ngài làm một không gian cho Ngài ngự cũng như Vương Quốc Thiên Đàng nơi con cái thật của Ngài sẽ ngự, và không gian cho nhân loại để đi qua sự nuôi dưỡng. Sau một thời gian dài vô hạn đã trôi qua, Ngài đã tạo dựng Trái Đất trong thế giới vật chất cùng với mặt trời, mặt trăng, và các ngôi sao, cùng với môi trường tự nhiên, tất cả đều cần thiết cho con người sinh sống.

Có vô số thần linh xung quanh Đức Chúa Trời như là các thiên sứ, nhưng họ vâng lời vô điều kiện, hơi giống robot. Họ không phải là con người mà Chúa có thể chia sẻ tình yêu của Ngài. Vì lý do này Chúa đã dựng nên loài người như hình Ngài để có được con cái thật, là con mà Đức Chúa Trời có thể chia sẻ tình yêu của Ngài. Nếu có thể có những robot với khuôn mặt xinh đẹp, hành động chính xác theo những gì bạn muốn, thì họ có thể thay thế con riêng của bạn được không? Mặc dù con cái của bạn có thể không nghe lời bạn luôn luôn, nhưng chúng vẫn sẽ đáng yêu hơn nhiều so với những robot vì chúng có thể cảm nhận được tình yêu của bạn và thể hiện tình yêu của chúng đối với bạn. Cũng giống như với Đức Chúa Trời. Ngài muốn con cái thật là con mà Ngài có thể trao đổi tấm lòng. Với tình yêu này, Đức Chúa Trời đã dựng nên người nam đầu tiên, người đó là A-đam.

Sau khi Đức Chúa Trời dựng nên A-đam, Ngài làm một khu vườn ở một nơi được gọi là Ê-đen về phía đông, và Ngài đưa ông đến đó. Vườn Ê-đen được ban cho A-đam bởi sự quan tâm của Đức Chúa Trời. Đó là một nơi đẹp mầu nhiệm, có nhiều hoa và cây cối phát triển rất tốt cùng những con vật đáng yêu đi xung quanh vườn. Vườn có các loại trái cây phong phú ở khắp mọi nơi. Có gió để cảm thấy mềm như lụa và cỏ tạo ra những âm thanh thì thầm. Nước lấp lánh như đá quý cùng với sự phản chiếu ánh sáng từ chúng. Ngay cả với trí tưởng tượng giỏi nhất của con người, cũng không ai có thể diễn đạt hết vẻ đẹp của nơi đó.

Đức Chúa Trời cũng đã cho A-đam một người giúp đỡ, tên là Ê-va. Không phải vì chính A-đam cảm thấy cô đơn. Đức Chúa Trời đã hiểu lòng của A-đam trước vì Đức Chúa Trời đã bị cô đơn trong một thời gian dài. Đức Chúa Trời ban cho họ sống trong điều kiện tốt nhất, A-đam và Ê-va đã đi dạo cùng với Đức Chúa Trời, trong một thời gian lâu, rất lâu, họ đã được hưởng quyền phép lớn như là chúa của tất cả các sinh vật.

Đức Chúa Trời nuôi dưỡng con người để làm cho họ trở thành con cái thật của Ngài

Nhưng A-đam và Ê-va đã thiếu điều gì đó cho họ để trở thành con cái thật của Đức Chúa Trời. Mặc dù Đức Chúa Trời đã ban cho họ tình yêu của Ngài đầy trọn nhất, nhưng họ thực sự không thể cảm nhận được tình yêu của Đức Chúa Trời. Họ được hưởng mọi thứ Đức Chúa Trời ban cho nhưng họ không thu hay giành được bất cứ điều gì bằng chính sức của họ. Do đó, họ không hiểu được tình yêu của Đức Chúa Trời quý báu như thế nào, và họ đã không hiểu rõ giá trị của những thứ mà Đức Chúa Trời đã ban cho họ. Hơn nữa, họ chưa bao giờ trải nghiệm cái chết hoặc sự bất hạnh, và họ không biết giá trị của cuộc sống. Họ chưa bao giờ trải nghiệm sự thù ghét, nên họ không hiểu được giá trị thật của tình yêu. Mặc dù họ đã nghe và biết về nó như kiến thức ở trong đầu họ, họ không thể cảm nhận được tình yêu thật trong lòng của họ vì họ không bao giờ có những trải nghiệm trực tiếp.

Lý do tại sao A-đam và Ê-va ăn trái cây biết điều thiện và điều ác nằm ở đây. Đức Chúa Trời phán dặn, "...vì một mai ngươi ăn, chắc sẽ chết." nhưng họ không hiểu ý nghĩa đầy đủ của chết (Sáng thế ký 2:17). Đức Chúa Trời không biết họ sẽ ăn trái cây biết điều thiện và điều ác phải không? Ngài biết. Ngài đã biết, nhưng Ngài vẫn cho A-đam và Ê-va ý chí tự do để chọn sự vâng lời. Đây là quyền năng thần hựu để nuôi dưỡng con người.

Qua sự nuôi dưỡng con người, Đức Chúa Trời muốn cả nhân loại trải nghiệm những giọt nước mắt, buồn rầu, đau đớn, chết chóc, vv, để sau này khi được lên Thiên Đàng, họ sẽ thực sự cảm thấy những thứ ở Thiên Đàng giá trị và quý báu như thế nào, và họ sẽ vui hưởng hạnh phúc thực sự. Đức Chúa Trời muốn chia sẻ tình yêu của Ngài với họ đời đời trên Thiên Đàng, mà không thể so sánh được, nơi đây đẹp hơn cả Vườn Ê-đen.

Sau khi A-đam và Ê-va không vâng lời Đức Chúa Trời, họ không thể sống trong Vườn Ê-đen được lâu hơn nữa. Và cũng kể từ khi A-đam bị mất uy quyền là chúa của mọi sinh vật, các loài động vật và thực vật cũng đều bị rủa sả. Đất đã từng có sự trù phú và tươi đẹp, nhưng giờ cũng bị rủa sả. Bây giờ đất sẽ sinh chông gai và cây tật lê, còn người nam phải làm đổ mồ hôi trán mới có thể có thu hoạch.

Mặc dù A-đam và Ê-va đã không vâng lời Đức Chúa Trời, Ngài vẫn lấy da thú kết thành áo dài và mặc cho họ, vì họ sắp phải sống trong một môi trường hoàn toàn khác (Sáng thế ký 3:21). Tấm lòng của Đức Chúa Trời đã bừng bừng giống như cha mẹ phải cho con cái của họ đi xa một thời gian để chuẩn bị cho tương lai của chúng. Bất chấp tình yêu này của Đức Chúa Trời, ngay sau khi sự nuôi dưỡng của con người bắt đầu, con người đã bị vết nhơ bởi tội lỗi, và họ tách mình ra khỏi Đức Chúa Trời rất nhanh chóng.

Rô-ma 1:21-23 cho biết: "Vì họ dẫu biết Đức Chúa Trời, mà không làm sáng danh Ngài là Đức Chúa Trời, và không tạ ơn Ngài nữa; song cứ lầm lạc trong lý tưởng hư không, và lòng ngu dốt đầy những sự tối tăm. Họ tự xưng mình là khôn ngoan, mà trở nên điên dại; họ đã đổi vinh hiển của Đức Chúa Trời không hề hư nát lấy hình tượng của loài người hay hư nát, hoặc của điểu, thú, côn trùng."

Đối với nhân loại tội lỗi này, Đức Chúa Trời đã bày tỏ quyền năng thần hựu và tình yêu thương qua những người được chọn, Y-sơ-ra-ên. Hơn nữa, khi họ sống theo Lời của Đức Chúa Trời, Ngài đã bày tỏ những dấu kỳ phép lạ và đã ban cho họ những phước hạnh lớn. Mặt khác, khi họ xa cách với Đức Chúa Trời, thờ cúng hình tượng và phạm tội, thì Đức Chúa Trời đã sai nhiều tiên tri đến để chia sẻ tình yêu của Ngài.

Một trong những tiên tri này là Ô-sê, người đã hoạt động trong một thời đại đen tối sau khi Y-sơ-ra-ên bị tách ra thành phía bắc Y-sơ-ra-ên và phía nam Giu-đa.

Một ngày kia Đức Chúa Trời ban cho Ô-sê một mạng lệnh đặc biệt, Ngài phán, "Hãy đi, lấy một người vợ gian dâm, và con cái ngoại tình" (Ô-sê 1:2). Không thể tưởng tượng được một tiên tri tin kính phải kết hôn với một người phụ nữ gian dâm. Mặc dù ông không hoàn toàn hiểu được ý định của Đức Chúa Trời, nhưng Ô-sê vâng lời Ngài và lấy một người phụ nữ tên là Gô-me làm vợ.

Họ đã sinh ra ba người con, nhưng Gô-me đã đi với người đàn ông khác theo ham muốn của mình. Tuy nhiên, Đức Chúa Trời đã phán với Ô-sê phải yêu thương vợ mình (Ô-sê 3:1). Ô-sê đã tìm bà và mua bà bằng mười lăm miếng bạc và một hô-me rưỡi mạch nha.

Tình yêu Ô-sê dành cho Gô-me tượng trưng cho tình yêu của Đức Chúa Trời dành cho chúng ta. Và Gô-me, người đàn bà gian dâm tượng trưng cho tất cả những con người bị nhơ nhớp bởi tội lỗi. Cũng như Ô-sê lấy một người đàn bà gian dâm làm vợ của mình, Đức Chúa Trời đã yêu thương những người trong chúng ta, những người đã bị vết nhơ bởi tội lỗi trong thế gian này.

Ngài đã bày tỏ tình yêu đời đời của Ngài, trông cậy là mọi người sẽ từ bỏ con đường của sự chết và trở thành con cái của Ngài. Ngay cả khi họ kết bạn với thế gian và trong khi họ xa cách với Đức Chúa Trời, Ngài cũng sẽ không nói, "Ngươi lui ra khỏi Ta, Ta không thể chấp nhận ngươi được nữa." Ngài chỉ muốn mọi người đều trở lại với Ngài và Ngài làm như vậy với tấm lòng tha thiết hơn cả cha mẹ mong chờ con họ, những đứa đã bỏ nhà đi trở về.

Đức Chúa Trời Đã Chuẩn Bị Chúa Giê-su từ trước nhiều thời đại

Câu chuyện ngụ ngôn về người con trai hoang đàng trong Lu-ca Chương 15 bày tỏ rõ ràng về tấm lòng Cha của Đức Chúa Trời. Người con thứ hai đã được hưởng một cuộc sống giàu sang vậy mà không có tấm lòng biết ơn với cha mình cũng không hiểu biết giá trị của loại cuộc sống mà cậu ta đang sống. Một ngày kia cậu ta đòi cho cậu ta tiền thừa kế của mình trước. Cậu ta là một đứa con hư hỏng điển hình, đã đòi cho tiền thừa kế trong khi cha mình vẫn còn sống.

Người cha không thể ngăn được con trai của mình, vì con trai của ông đã không hiểu được hết tấm lòng của cha mẹ, và cuối cùng ông đã cho con trai của mình tiền thừa kế. Người con trai sung sướng và hành trình ra đi. Nỗi đau của người cha bắt đầu từ đó. Ông lo lắng suy nghĩ nhiều đến chết như, "Liệu con có bị thương không? Điều gì xảy ra nếu con gặp người xấu?" Người cha thậm chí không thể ngủ đủ giấc vì lo lắng cho con trai mình, nhìn chân trời hy vọng con trai mình sẽ trở về.

Ngay sau đó, người con trai đã tiêu hết sạch tiền của, và người ta bắt đầu ngược đãi cậu ta. Cậu ta ở trong một hoàn cảnh kinh khủng đến nỗi muốn lấy vỏ đậu của heo ăn mà ăn cho no, nhưng chẳng ai cho. Bây giờ cậu ta mới nhớ đến nhà cha mình. Cậu ta đã trở về nhà, cảm thấy rất hối tiếc đến nỗi không thể ngước đầu lên được. Nhưng người cha chạy đến và hôn cậu ta. Người cha không những không trách móc cậu ta bất cứ điều gì mà còn rất vui mừng đến nỗi lấy áo tốt nhất mặc cho cậu ta và bắt bò con mập làm thịt để ăn mừng. Đây là tình yêu của Đức Chúa Trời.

Tình yêu của Đức Chúa Trời không phải chỉ ban cho một số người đặc biệt vào thời điểm đặc biệt. 1 Ti-mô-thê 2:4 nói, "[Đức Chúa Trời] muốn cho mọi người được cứu rỗi và hiểu biết lẽ thật." Ngài giữ cánh cổng của sự cứu rỗi luôn mở, và bất cứ khi nào có một linh hồn trở lại với Đức Chúa Trời, Ngài đều hoan nghênh từng linh hồn bằng sự vui mừng và niềm sung sướng khôn xiết.

Với tình yêu này của Đức Chúa Trời, Đấng không lìa bỏ chúng ta cho đến cuối cùng, Đấng mở con đường cho tất cả mọi người nhận được sự cứu rỗi. Chính Ngài đã chuẩn bị Con độc sanh của Ngài, Chúa Giê-su Christ. Như đã được chép trong Hê-bơ-rơ 9:22, "Theo luật pháp thì hầu hết mọi vật đều nhờ huyết mà được sạch: không đổ huyết thì không có sự tha thứ." Chúa Giê-su đã trả giá cho tội lỗi mà tội nhân đáng lẽ phải trả, bằng huyết báu của Ngài và sự sống của Ngài.

1 Giăng 4:9 nói về tình yêu của Đức Chúa Trời như đã được chép, "Lòng Đức Chúa Trời yêu chúng ta đã bày tỏ ra trong điều nầy: Đức Chúa Trời đã sai Con một Ngài đến thế gian, đặng chúng ta nhờ Con được sống." Đức Chúa Trời có Chúa Giê-su đổ huyết báu của Ngài để cứu chuộc nhân loại khỏi mọi tội lỗi của họ. Chúa Giê-su bị đóng đinh, nhưng Ngài đã đắc thắng sự chết và đã sống lại vào ngày thứ ba, vì Ngài không có tội lỗi. Qua đó con đường của sự cứu rỗi đã được mở ra. Để ban cho chúng ta Con một của Ngài không phải là dễ. Người Hàn Quốc có câu nói, "Cha mẹ không cảm thấy đau ngay cả khi con cái của họ đặt thân thể chúng trong mắt họ." Nhiều bậc cha mẹ cảm thấy cuộc sống của con mình quan trọng hơn cuộc sống riêng của mình.

Vì thế, Đức Chúa Trời ban Con độc sanh của Ngài, Chúa Giê-su cho chúng ta thấy tình yêu vô hạn của Ngài. Hơn nữa, Đức Chúa Trời đã chuẩn bị Nước Thiên Đàng cho những người Ngài giành được qua huyết báu của Chúa Giê-su Christ. Thật là một tình yêu vĩ đại! Và tình yêu của Đức Chúa Trời chưa kết thúc ở đây.

Đức Chúa Trời ban cho chúng ta Đức Thánh Linh để dẫn dắt chúng ta đến Thiên Đàng

Đức Chúa Trời ban Đức Thánh Linh như một món quà cho những ai tiếp nhận Chúa Giê-su Christ và nhận được sự tha thứ tội lỗi. Đức Thánh Linh là trái tim của Đức Chúa Trời. Từ thời điểm thăng thiên của Chúa, Đức Chúa Trời đã sai Đấng Giúp Đỡ,

Đức Thánh Linh vào trong lòng chúng ta.

Rô-ma 8:26-27 nói, "Cũng một lẽ ấy, Đức Thánh Linh giúp cho sự yếu đuối chúng ta. Vì chúng ta chẳng biết sự mình phải xin đặng cầu nguyện cho xứng đáng; nhưng chính Đức Thánh Linh lấy sự thở than không thể nói ra được mà cầu khẩn thay cho chúng ta. Đấng dò xét lòng người hiểu biết ý tưởng của Thánh Linh là thể nào, vì ấy là theo ý Đức Chúa Trời mà Ngài cầu thế cho các thánh đồ vậy."

Khi chúng ta phạm tội, Đức Thánh Linh hướng dẫn chúng ta đến sự ăn năn qua những tiếng rên siết cáo trách trong lòng. Đối với những người có đức tin yếu đuối, Ngài ban cho đức tin; đối với những người không có sự trông cậy, Ngài ban cho sự trông cậy. Cũng như những người mẹ tế nhị an ủi và chăm sóc con cái của họ, Ngài nói chuyện với chúng ta nên chúng ta sẽ không bị tổn thương hay bị tổn hại trong bất cứ cách nào. Bằng cách này, Ngài cho chúng ta biết tấm lòng của Đức Chúa Trời Đấng yêu thương chúng ta, và Ngài dẫn dắt chúng ta đến Nước Thiên Đàng.

Nếu chúng ta hiểu sâu sắc được tình yêu này, chúng ta không thể không yêu mến Đức Chúa Trời. Nếu chúng ta yêu mến Đức Chúa Trời bằng cả tấm lòng của chúng ta, Ngài ban lại cho chúng ta tình yêu vĩ đại và lạ lùng ngập tràn trong chúng ta. Ngài ban cho chúng ta sức khỏe, và Ngài sẽ ban phước cho chúng ta trong mọi sự. Ngài làm điều này vì đó là luật của lãnh vực thuộc linh, nhưng quan trọng hơn, đó là vì Ngài muốn chúng ta cảm nhận được tình yêu của Ngài qua những phước hạnh chúng ta nhận được từ Ngài. "Ta yêu mến những người yêu mến ta, Phàm ai tìm kiếm ta sẽ gặp ta" (Châm ngôn 8:17).

Bạn cảm thấy thế nào khi lần đầu tiên gặp gỡ Đức Chúa Trời

và nhận được sự chữa lành hoặc được giải quyết các nan đề khác nhau? Bạn phải cảm thấy là Đức Chúa Trời yêu thương ngay cả một tội nhân như bạn. Tôi tin là bạn đã xưng nhận ra từ trong lòng của bạn, "Chúng ta có thể lấy nước biển làm mực, và lấy bầu trời làm giấy, để viết lên tình yêu của Đức Chúa Trời, thì dẫu có viết cạn biển cũng không nói hết được tình yêu của Đức Chúa Trời." Hơn nữa, tôi tin là bạn bị choáng ngợp bởi tình yêu của Đức Chúa Trời, Đấng ban cho bạn Thiên Đàng đời đời, nơi đó không có lo lắng, không có buồn rầu, không có bệnh tật, không có chia ly, và không có sự chết.

Chúng ta không yêu Đức Chúa Trời trước. Mà Đức Chúa Trời yêu chúng ta trước và Ngài mở rộng vòng tay với chúng ta. Ngài yêu chúng ta nhiều đến nỗi đã ban Con một của Ngài cho chúng ta là những tội nhân và đáng lẽ phải chết. Ngài đã yêu thương tất cả mọi người, và Ngài chăm sóc tất cả chúng ta bằng một tình yêu lớn hơn bất cứ tình yêu nào của người mẹ, là người không thể quên không cho con mình bú (Ê-sai 49:15). Ngài chờ đợi chúng ta ngàn năm như một ngày.

Tình yêu của Đức Chúa Trời là tình yêu thương thật, không đổi thay dẫu thời gian có trôi qua. Khi chúng ta lên Thiên Đàng sau này, hàm của chúng ta sẽ rớt xuống sàn nhà, chúng ta nhìn thấy những vương miện đẹp, sáng mịn, và nhà ở trên trời được xây bằng vàng và các loại đá quý, mà Đức Chúa Trời đã chuẩn bị cho chúng ta. Ngài ban cho chúng ta phần thưởng và quà tặng ngay cả khi chúng ta còn sống ở trên đất này, và Ngài đang háo hức chờ đợi ngày ở với chúng ta trong sự vinh hiển đời đời của Ngài. Chúng ta hãy cảm nhận tình yêu vĩ đại của Ngài.

Chương 2 — Tình Yêu Thương của Đấng Christ

Tình Yêu Thương của Đấng Christ

"...hãy bước đi trong sự yêu thương, cũng như Đấng Christ đã yêu thương anh em, và vì chúng ta phó chính mình Ngài cho Đức Chúa Trời làm của dâng và của tế lễ, như một thức hương có mùi thơm."

Ê-phê-sô 5:2

Tình yêu có sức mạnh tuyệt vời để làm cho không thể thành có thể. Đặc biệt, tình yêu của Đức Chúa Trời và tình yêu của Chúa thì thực sự lạ lùng. Tình yêu đó có thể biến những người thiếu khả năng không thể làm bất cứ điều gì hiệu quả thành những người có đủ khả năng để làm bất cứ điều gì. Khi những ngư dân thất học, những người thâu thuế – những người vào thời điểm đó được coi là những kẻ có tội – những người nghèo, góa bụa, và những người bị thế giới bỏ mặc, đã gặp gỡ Chúa, cuộc đời của họ hoàn toàn được thay đổi. Sự nghèo đói và bệnh tật của họ được giải quyết, và họ đã cảm nhận được tình yêu thật mà họ chưa từng cảm nhận được trước đây. Họ tự xem mình chẳng có giá trị gì, nhưng khi họ được tái sinh thì họ trở thành những công cụ vinh hiển của Đức Chúa Trời. Đây là sức mạnh của tình yêu thương.

Chúa Giê-su Đã Đến Thế Gian Này Ngài Từ Bỏ Thiên Đàng Vinh Hiển

Ban đầu Đức Chúa Trời là Ngôi Lời và Ngôi Lời đã đến trên đất này trong hình thể con người. Đó là Đức Chúa Giê-su, Con độc sanh của Đức Chúa Trời. Chúa Giê-su đã đến trên đất này để cứu nhân loại đang bị tội lỗi ràng buộc, những người đang đi theo con đường của sự chết. Danh xưng 'Giê-su' nghĩa là 'Ngài sẽ cứu dân mình ra khỏi tội' (Ma-thi-ơ 1:21).

Mọi người đều có tội lỗi dơ bẩn trở nên không khác gì loài thú (Truyền đạo 3:18). Chúa Giê-su được sinh ra nơi chuồng chiên để cứu chuộc nhân loại, là những người đã bỏ những việc đáng lẽ họ phải làm và không hơn gì loài thú. Ngài được đặt nằm trong máng cỏ, nơi cho động vật ăn trở thành thức ăn thật cho con người (Giăng 6:51). Đó là để cho con người phục hồi lại hình ảnh của Đức Chúa Trời đã bị mất và cho họ làm trọn được bổn phận của họ.

Hơn nữa, Ma-thi-ơ 8:20 nói, "Con cáo có hang, chim trời có ổ; song Con người không có chỗ mà gối đầu." Như đã nói, Ngài không có một nơi để ngủ, và Ngài phải ở lại qua đêm tại một đồng quê mưa gió và rét mướt. Ngài đi mà không có thức ăn và bị đói nhiều lần. Đó không phải vì Ngài không có khả năng. Mà là để cứu chuộc chúng ta khỏi đói nghèo. 2 Cô-rinh-tô 8:9 nói, "Vì anh em biết ơn của Đức Chúa Jêsus Christ chúng ta, Ngài vốn giàu, vì anh em mà tự làm nên nghèo, hầu cho bởi sự nghèo của Ngài, anh em được nên giàu."

Chúa Giê-su bắt đầu chức vụ công khai của Ngài với phép lạ biến nước thành rượu ở tiệc cưới Ca-na-an. Ngài đã rao giảng về Nước Đức Chúa Trời và làm nhiều dấu kỳ phép lạ trong vùng Giu-đê và xứ Ga-li-lê. Nhiều người phung được chữa lành, kẻ què đi và nhảy được, và những người bị quỷ ám đã được giải cứu khỏi quyền lực của sự tối tăm. Thậm chí người chết bốn ngày, có mùi được sống lại bước ra khỏi mộ (Giăng 11).

Chúa Giê-su đã bày tỏ những điều kỳ diệu này trong chức vụ của Ngài đương khi còn ở trên đất để cho con người nhận biết được tình yêu của Đức Chúa Trời. Hơn nữa, ban đầu Ngài ở với Đức Chúa Trời và chính là Ngôi Lời, Ngài đã giữ trọn Luật Pháp để làm gương mẫu trọn vẹn cho chúng ta. Mặt khác, vì Ngài giữ trọn Luật Pháp, nên Ngài không lên án những người đã phạm luật và đã phạm tội đến chết. Ngài chỉ dạy dỗ mọi người về lẽ thật để có thêm nhiều linh hồn ăn năn và nhận được sự cứu rỗi.

Nếu Chúa Giê-su xét tất cả mọi người cách nghiêm khắc theo đúng Luật, thì không ai có thể nhận được sự cứu rỗi. Luật Pháp là các điều răn của Đức Chúa Trời dạy chúng ta làm, không làm, bỏ đi, và giữ những điều nào đó. Ví dụ, có những điều răn như 'giữ ngày Sa-bát làm ngày thánh; chớ tham nhà kẻ lân cận; hãy hiếu kính cha mẹ ngươi; hãy bỏ điều dữ'. Đích cuối cùng của tất cả các luật là tình yêu thương. Nếu bạn giữ tất cả các qui chế và luật lệ, bạn có thể thực hành tình yêu thương, ít nhất là bề ngoài.

Nhưng những gì Đức Chúa Trời mong muốn ở chúng ta không chỉ là phải giữ luật pháp bằng những hành động của chúng ta. Ngài còn muốn chúng ta thực hành Luật Pháp bằng tình yêu thương trong lòng của chúng ta. Chúa Giê-su hiểu rất rõ tấm lòng này của Đức Chúa Trời và đã làm trọn Luật Pháp bằng tình yêu thương. Một trong những thí dụ hay nhất là trường hợp người đàn bà bị bắt vì phạm tội tà dâm (Giăng 8). Một ngày kia, các thầy thông giáo và người Pha-ri-si mang người đàn bà bị bắt quả tang về tội tà dâm, để bà ở giữa đám đông và họ hỏi Chúa Giê-su: "Vả, trong luật pháp Môi-se có truyền cho chúng ta rằng nên ném đá những hạng người như vậy; – còn thầy, thì nghĩ sao?" (Giăng 8:5)?

Họ nói điều này để họ có thể tìm thấy căn cứ nhằm kiện cáo Chúa Giê-su. Bạn nghĩ người đàn bà này đã cảm thấy như thế nào lúc đó? Bà hẳn đã rất xấu hổ vì tội lỗi của bà đã bị phơi bày ra trước mặt mọi người, và bà phải đã rất run sợ vì bà sắp bị ném đá đến chết. Nếu Chúa Giê-su nói, "hãy ném đá bà ta," thì sự sống của bà sẽ đi đến một hồi kết là nhiều hòn đá ném vào bà cho đến chết.

Tuy nhiên Chúa Giê-su không nói họ xử phạt người đàn bà này theo Luật Pháp. Thay vào đó, Ngài cúi xuống và bắt đầu lấy ngón tay viết gì đó trên mặt đất. Đó là danh sách các tội mà người ta đã phạm chung. Sau khi đã liệt kê ra các tội lỗi của họ, Ngài đã ngước lên và nói, "Ai trong các ngươi là người vô tội, hãy trước nhứt ném đá vào người" (câu 7). Rồi, Ngài lại cúi xuống cứ viết gì đó trên mặt đất.

Lúc này, Ngài đã viết ra những tội lỗi của mỗi người, như thế Ngài đã nhìn thấy họ, như từng người trong số họ đã phạm tội khi nào, ở đâu, và thế nào. Những người bị day dứt lương tâm đã kế nhau mà ra đi. Cuối cùng, chỉ còn có Chúa Giê-su và người đàn bà. Câu 10 và 11 sau đây nói, "Đức Chúa Jêsus bấy giờ lại ngước lên, không thấy ai hết, chỉ có người đàn bà, bèn phán rằng: Hỡi mụ kia, những kẻ cáo ngươi ở đâu? Không ai định tội ngươi sao? Người thưa rằng: Lạy Chúa, không ai hết. Đức Chúa Jêsus phán rằng: Ta cũng không định tội ngươi; hãy đi, đừng phạm tội nữa."

Người đàn bà này không biết hình phạt cho người phạm tội tà dâm là bị ném đá cho đến chết phải không? Dĩ nhiên không phải rồi. Bà ta biết Luật Pháp nhưng bà đã phạm tội vì bà không thể đắc thắng được những ham muốn của mình. Bà ta cũng đang chờ đợi để phải chết vì tội lỗi của mình đã bị phơi bày, và khi bà bất ngờ kinh nghiệm sự tha thứ của Chúa Giê-su, bà phải đã xúc động sâu sắc làm sao! Chỉ cần bà nhớ tình yêu của Chúa Giê-su, thì bà sẽ không có thể phạm tội nữa.

Vì Chúa Giê-su với tình yêu của Ngài đã tha thứ cho người

đàn bà vi phạm Luật Pháp, nên chỉ cần chúng ta có tình yêu dành cho Đức Chúa Trời và những người lân cận của chúng ta thì Luật đó không dùng nữa phải không? Không phải vậy. Chúa Giê-su phán: "Các ngươi đừng tưởng ta đến đặng phá luật pháp hay là lời tiên tri; ta đến, không phải để phá, song để làm cho trọn" (Ma-thi-ơ 5:17).

Chúng ta có thể thực hành ý muốn của Đức Chúa Trời trọn vẹn hơn vì chúng ta có Luật Pháp. Nếu ai đó cũng nói anh ấy yêu mến Đức Chúa Trời, chúng ta không thể đo bề rộng bề sâu về tình yêu của anh ấy như thế nào. Tuy nhiên, thước đo tình yêu của anh ấy có thể kiểm tra được bởi vì chúng ta có Luật Pháp. Nếu anh ấy thực sự yêu mến Đức Chúa Trời bằng cả tấm lòng của mình, anh ấy chắc chắn sẽ giữ Luật Pháp. Đối với một người như vậy, không khó để giữ Luật Pháp. Hơn nữa, tới mức anh ấy giữ đúng Luật Pháp, anh ấy sẽ nhận được tình yêu và các phước hạnh của Đức Chúa Trời.

Nhưng các thầy dạy Luật trong thời của Chúa Giê-su đã không quan tâm đến tình yêu của Đức Chúa Trời có chứa trong Luật Pháp. Họ không tập trung vào việc làm cho tấm lòng của họ thánh khiết, nhưng chỉ tập trung vào việc giữ các nghi thức. Họ cảm thấy thỏa lòng và thậm chí còn tự hào trong việc giữ Luật Pháp bề ngoài. Họ nghĩ họ đang giữ Luật Pháp, và do đó họ lập tức xét đoán và lên án những người vi phạm Luật Pháp. Khi Chúa Giê-su giải thích ý nghĩa thật chứa đựng trong Luật Pháp và giảng dạy về tấm lòng của Đức Chúa Trời, thì họ cho là Chúa Giê-su đã sai trật và bị quỉ ám.

Bởi vì những người Pha-ri-si không có tình yêu thương, giữ

Luật Pháp hết sức cũng chẳng có ích chi cho linh hồn của họ (1 Cô-rinh-tô 13:1-3). Họ đã không cắt bỏ sự gian ác trong lòng họ, nhưng chỉ đem phán xét và lên án đến những người khác, do đó họ xa cách mình với Đức Chúa Trời. Cuối cùng, họ đã phạm tội đóng đinh Con Đức Chúa Trời.

Chúa Giê-su đã Làm Trọn Quyền Năng Thần Hựu của Thập Tự Giá Bằng sự Vâng Phục Cho Đến Chết

Vào khoảng cuối của ba năm chức vụ, Chúa Giê-su đã lên Núi Ô-li-ve trước khi những khổ nạn của Ngài bắt đầu. Khi đêm đã về khuya, Chúa Giê-su đã cầu nguyện tha thiết, Ngài sắp đối diện với sự đóng đinh trên thập tự giá. Sự cầu nguyện của Ngài càng thiết để cứu mọi linh hồn qua huyết của Ngài, là huyết hoàn toàn vô tội. Đó là một lời cầu nguyện xin sức mạnh để vượt qua được những sự khổ nạn của thập tự giá. Ngài đã cầu nguyện rất thảm thiết; và mồ hôi của Ngài trở nên như giọt máu lớn rơi xuống đất (Lu-ca 22:42-44).

Vào đêm đó, những tên lính đã bắt Chúa Giê-su giải Ngài đi từ nơi này đến nơi khác để tra hỏi Ngài. Cuối cùng, Ngài đã nhận án tử hình tại tòa án của Phi-lát. Những người lính La Mã đã đặt mão gai trên đầu Ngài, nhổ trên Ngài, và đánh vào đầu Ngài trước khi họ đem Ngài đi hành hình (Ma-thi-ơ 27:28-31).

Thân thể Ngài đầy máu. Ngài bị nhạo báng và bị đánh đập suốt đêm, và với thân thể này Ngài đã vác cây thập tự đi tới Gô-gô-tha. Một đám đông lớn đã theo Ngài. Trước kia họ đã chào đón Ngài bằng tiếng: "Hô-sa-na" nhưng bây giờ họ đã trở thành một đám đông kêu la, "Đóng đinh nó trên cây thập tự!" Khuôn mặt của Chúa Giê-su nhiều máu đến nỗi không thể nhận ra. Ngài đã bị kiệt sức do những đau đớn gây ra từ sự tra tấn và rất khó cho Ngài để bước đi từng bước.

Sau khi đi đến Gô-gô-tha, Chúa Giê-su đã bị đóng đinh để cứu chuộc chúng ta khỏi mọi tội lỗi của chúng ta. Để cứu chuộc chúng ta, những người ở dưới sự rủa sả của Luật Pháp, trong đó nói rằng tiền công của tội lỗi là sự chết (Rô-ma 6:23), Ngài bị treo trên cây thập tự và đổ huyết của Ngài ra. Ngài đã tha thứ tội lỗi của chúng ta, là tội chúng ta đã phạm trong tư tưởng bằng cách đội mão gai lên đầu Ngài. Ngài bị đóng đinh qua bàn tay và bàn chân của Ngài để tha thứ tội lỗi cho chúng ta, là tội chúng ta đã phạm bằng đôi bàn tay và bàn chân của chúng ta.

Những người dại không biết được sự thật này đã chế giễu và cười nhạo Chúa Giê-su bị treo trên thập tự giá (Lu-ca 23:35-37). Nhưng ngay cả trong khi rất đau đớn, Chúa Giê-su cầu nguyện tha thứ cho những kẻ đã đóng đinh Ngài như đã được chép trong Lu-ca 23:34, "Lạy Cha, xin tha cho họ, vì họ không biết mình làm điều gì."

Bị đóng đinh là một trong những phương pháp hành hình tàn bạo nhất. Người bị kết án phải chịu đau đớn trong một thời gian tương đối lâu hơn những hình phạt khác. Bàn tay và bàn chân bị đóng đinh, và thịt bị rách ra. Cơ thể bị mất nước nghiêm trọng và rối loạn tuần hoàn máu. Gây ra suy giảm các chức năng của cơ quan nội tạng. Người đang bị hành hình cũng phải chịu đựng những sự đau đớn đến từ côn trùng, chúng đến vì có mùi máu.

Bạn nghĩ Chúa Giê-su nghĩ gì trong khi ở trên thập tự giá? Không phải là nghĩ tới sự đau đớn về thể xác của Ngài. Nhưng thay vào đó Ngài đã nghĩ về lý do tại sao Đức Chúa Trời đã dựng nên con người, ý nghĩa trong việc nuôi dưỡng loài người ở trên đất này, và lý do tại sao Ngài đã hy sinh chính Ngài làm của lễ chuộc tội cho con người, và Ngài thành tâm dâng lời cầu nguyện cảm tạ.

Sau khi Chúa Giê-su phải chịu đựng những đau đớn trong sáu tiếng trên thập tự giá, Ngài nói: "Ta khát" (Giăng 19:28). Đó là cái khát thuộc linh, khao khát giành lại những linh hồn đang đi theo con đường của sự chết. Nghĩ đến vô số linh hồn sẽ sống trên đất này trong tương lai, Ngài đòi hỏi chúng ta phải truyền bá sứ điệp của thập tự giá và cứu các linh hồn.

Cuối cùng Chúa Giê-su nói, "Mọi việc đã được trọn" (Giăng 19:30) và rồi trút hơi thở cuối cùng sau khi nói "Hỡi Cha, tôi giao linh hồn lại trong tay Cha!" (Lu-ca 23:46) Ngài đã giao linh hồn của Ngài vào trong tay của Đức Chúa Trời vì Ngài đã hoàn thành nhiệm vụ mở con đường cứu rỗi cho cả nhân loại bằng cách Chính Ngài trở thành của lễ chuộc tội. Đó là thời điểm hành động của tình yêu thương vĩ đại nhất đã được ứng nghiệm.

Kể từ đó, bức tường của tội lỗi ngăn cách giữa Đức Chúa Trời và chúng ta đã bị phá bỏ, và chúng ta được phép tương giao trực tiếp với Đức Chúa Trời. Trước đó thầy tế lễ thượng phẩm phải đại diện cho dân sự dâng của lễ tha thứ tội lỗi, nhưng bây giờ không phải như vậy nữa. Bất cứ ai tin Chúa Giê-su Christ đều có thể vào nơi thánh đường của Đức Chúa Trời và thờ phượng Đức Chúa Trời trực tiếp.

Chúa Giê-su Chuẩn Bị những Nơi Cư Ngụ trên Thiên Đàng bằng Tình Yêu của Ngài

Trước khi Ngài vác thập tự giá, Chúa Giê-su nói với các môn đồ của Ngài về những điều sắp xảy ra. Ngài nói cho họ biết Ngài sẽ phải vác thập tự giá để ứng nghiệm quyền năng thần hựu của Đức Chúa Cha, nhưng các môn đồ vẫn lo lắng. Bấy giờ Ngài giải thích cho họ về những nơi cư ngụ ở trên trời để an ủi họ.

Giăng 14:1-3 nói, "Lòng các ngươi chớ hề bối rối; hãy tin Đức Chúa Trời, cũng hãy tin ta nữa. Trong nhà Cha ta có nhiều chỗ ở; bằng chẳng vậy, ta đã nói cho các ngươi rồi. Ta đi sắm sẵn cho các ngươi một chỗ. Khi ta đã đi, và đã sắm sẵn cho các ngươi một chỗ rồi, ta sẽ trở lại đem các ngươi đi với ta, hầu cho ta ở đâu thì các ngươi cũng ở đó." Đó là một vấn đề thực tế, Ngài đã đắc thắng sự chết, phục sinh và thăng thiên về Thiên Đàng trước mắt nhiều người xem thấy. Để Ngài có thể chuẩn bị những nơi cư ngụ trên Thiên Đàng cho chúng ta. Bây giờ, "Ta đi sắm sẵn cho các ngươi một chỗ" có nghĩa là gì?

1 Giăng 2:2 nói, "...Ấy chính Ngài làm của lễ chuộc tội lỗi chúng ta, không những vì tội lỗi chúng ta thôi đâu, mà cũng vì tội lỗi cả thế gian nữa." Như đã nói, điều đó có nghĩa là bất cứ ai đều có thể sở hữu được thiên đàng bằng đức tin, vì Chúa Giê-su đã phá bỏ bức tường tội lỗi làm ngăn cách giữa Đức Chúa Trời và chúng ta.

Ngoài ra, Chúa Giê-su nói: "Trong nhà Cha Ta có nhiều chỗ ở", cho chúng ta biết Ngài muốn mọi người đều nhận được sự cứu rỗi. Ngài không nói có nhiều chỗ ở trong "Thiên Đàng" nhưng

"Trong nhà Cha Ta", bởi vì chúng ta có thể gọi Đức Chúa Trời là "A-ba, Cha" qua công việc về huyết báu của Chúa Giê-su.

Chúa vẫn đang cầu thay cho chúng ta không thôi. Ngài tha thiết cầu nguyện trước ngai của Đức Chúa Trời mà không ăn không uống (Ma-thi-ơ 26:29). Ngài cầu nguyện để chúng ta sẽ giành được sự đắc thắng trong việc nuôi dưỡng con người ở trên đất này và bày tỏ vinh hiển của Đức Chúa Trời bằng cách làm cho linh hồn của chúng ta thịnh vượng.

Hơn nữa, sau khi sự nuôi dưỡng con người đã xong thì sự phán xét ở Ngai Lớn và Trắng diễn ra, Ngài sẽ vẫn làm cho chúng ta. Tại tòa án phán xét tất cả mọi người đều sẽ bị đưa ra sự phán xét kể cả lỗi nhẹ nhất trong mọi việc mà mỗi người đã làm. Nhưng Chúa sẽ là Đấng biện hộ cho con cái của Đức Chúa Trời và biện hộ rằng, "Con đã rửa tội lỗi của họ bằng huyết của con," để họ có thể nhận được chỗ ở và phần thưởng tốt hơn trên thiên đàng. Vì Ngài đã đến thế gian này và đã kinh nghiệm trực tiếp tất cả mọi thứ mà con người trải qua, Ngài sẽ nói cho con người hành động như một người biện hộ. Chúng ta có thể hiểu được tình yêu này của Đấng Christ trọn vẹn như thế nào?

Đức Chúa Trời cho chúng ta biết tình yêu của Ngài đối với chúng ta qua Con độc sanh của Ngài là Chúa Giê-su Christ. Tình yêu này là tình yêu mà Chúa Giê-su thậm chí đã không tiếc giọt máu cuối cùng của Ngài đổ ra cho chúng ta. Là tình yêu vô điều kiện và không thay đổi, là tình yêu Ngài sẽ tha thứ bảy mươi lần bảy. Ai có thể phân rẽ chúng ta ra khỏi tình yêu này? Ở Rô-ma 8:38-39, sứ đồ Phao-lô nói, "Vì tôi chắc rằng bất kỳ sự chết, sự sống, các thiên sứ, các kẻ cầm quyền, việc bây giờ, việc hầu đến, quyền phép, bề cao, hay là bề sâu, hoặc một vật nào, chẳng có thể phân rẽ chúng ta khỏi sự yêu thương mà Đức Chúa Trời đã chứng cho chúng ta trong Đức Chúa Jêsus Christ, là Chúa chúng ta."

Sứ đồ Phao-lô đã nhận ra tình yêu của Đức Chúa Trời và tình yêu của Đấng Christ, nên ông đã bỏ sự sống mình hoàn toàn vâng phục ý muốn của Đức Chúa Trời và sống như một sứ đồ. Hơn nữa, ông đã dành cả cuộc đời mình truyền giáo cho người Ngoại. Ông đã thực hành tình yêu thương của Đức Chúa Trời để dẫn vô số linh hồn đến con đường của sự cứu rỗi.

Mặc dù ông được gọi là 'người cầm đầu của giáo phái Na-xa-rét', Phao-lô đã dành cả cuộc đời của mình như là một người rao giảng. Ông truyền bá cho cả thế giới biết tình yêu của Đức Chúa Trời và tình yêu của Chúa, sâu và rộng hơn bất cứ thước đo nào. Tôi cầu nguyện trong danh Chúa để bạn sẽ trở nên con cái thật của Đức Chúa Trời, Đấng làm trọn Luật Pháp bằng tình yêu thương và mãi mãi cư ngụ ở nơi đẹp nhất trên Thiên Đàng trong Giê-ru-sa-lem Mới, cùng chia sẻ tình yêu của Đức Chúa Trời và tình yêu của Đấng Christ.

Tác Giả:
Tiến Sĩ Jaerock Lee

Tiến Sĩ Jaerock Lee sinh trưởng tại Muan, tỉnh phận Jeonnam, Cộng Hòa Nhân Dân Triều Tiên, năm 1943. Những năm tháng của tuổi hai mươi, Mục sư Lee đã phải trải qua rất nhiều căn bệnh nan y, trong bảy năm trường đầy tuyệt vọng, vô phương cứu chữa, ông chỉ còn biết chờ chết. Một ngày kia, vào mùa xuân 1974, được chị gái đưa đến nhà thờ, khi quỳ xuống cầu nguyện, Đức Chúa Trời hằng sống đã chữa lành mọi bệnh tật ông ngay tức khắc.

Qua kinh nghiệm kỳ diệu đó, Mục sư Lee đã gặp được Đức Chúa Trời hằng sống, ông đã dâng trọn tấm lòng thành kính lên Ngài, năm 1978, ông được kêu gọi bước vào con đường hầu việc Đức Chúa Trời. Ông hết lòng cầu nguyện để hiểu rõ ý muốn Ngài và hoàn thành sứ mạng một cách tốt nhất, ông vâng phục tất cả các mạng lệnh. Năm 1982, ông sáng lập Hội Thánh Manmin Joong-ang tại Seoul, Hàn Quốc, tại đây nhiều công việc của Chúa kể cả những phép lạ chữa lành, những dấu lạ đã và đang xảy ra đến mức không kể xiết.

Năm 1986, Mục sư Lee được thụ phong tại Hội Thánh Annual Assembly Jesus Sungkyul Hàn Quốc, bốn năm sau, 1990, những bài giảng luận của ông bắt đầu được phát sóng bởi Tập Đoàn Phát Thanh Viễn Đông, Đài Phát Thanh Á Châu, và Hệ thống Truyền thanh Cơ Đốc Nhân Washington, Úc, Nga, Philipines, và nhiều quốc gia khác.

Ba năm sau, 1993, Hội Thánh Manmin Joong-ang được tạp chí Cơ Đốc Nhân Thế Giới (US) tuyển chọn, xếp vào "50 Hội Thánh Hàng Đầu Thế Giới" và ông nhận học vị Tiến Sĩ Danh Dự Thần Học của Trường Đại Học Niềm Tin Cơ Đốc Nhân, Florida, USA, năm 1996, nhận học vị Tiến sĩ Mục Vụ tại Trường Thần Học Kingsway, Iowa, USA.

Kể từ năm 1993, Mục sư Lee đã bước vào sứ mạng truyền giáo Toàn cầu qua nhiều chiến dịch hải ngoại tại Hoa Kỳ, Tanzania, Argentina, L.A., Baltimore City, Hawaii, and New York City of the USA Uganda, Japan, Pakistan, Kenya, Philipines, Honduras, India, Russia, Germany, Peru, Cộng Hòa Dân Nhân Dân Công Gô, và Y-sơ-ra-ên và Estonia.

Năm 2002, ông được tờ báo chuyên đề Cơ Đốc Nhân Hàn Quốc gọi là "Nhà phục hưng toàn cầu" vì chức vụ đầy quyền năng của ông trong nhiều chiến dịch hải ngoại. Đặc biệt, 'Chiến Dịch New York 2006' của ông được tổ chức tại Madison Square Garden, đấu trường nổi tiếng nhất thế giới, đã được phát sóng đến 220 quốc gia, và trong 'Chiến Dịch Liên Hiệp Y-sơ-ra-ên 2009' của ông được tổ chức tại Trung Tâm Hội Nghị Quốc Tế tại Giê-ru-sa-lem, ông đã dạn dĩ công bố Đức Chúa Giê-su Christ là Đấng Mê-si-a và là Đấng Cứu Thế. Bài giảng của ông được phát đến 176 quốc gia qua vệ tinh kể cả GCN TV và ông đã được liệt vào một trong mười lãnh đạo Cơ Đốc có ảnh hưởng nhất của năm 2009 và 2010 bởi một tạp chí Cơ Đốc nổi tiếng của Nga và một cơ quan Báo Điện Tử Cơ Đốc vì chức vụ đầy quyền năng của ông được phát sóng qua vô tuyến truyền hình và mục vụ đối với hội thánh hải ngoại của ông.

Trong tháng bảy năm 2015, Hội Thánh Trung Tâm Manmin có đến hơn 120.000 thành viên. Có 10.000 hội thánh thành viên trên toàn cầu kể cả 54 hội thánh thành viên trong nước, cho đến nay có hơn 103 giáo sĩ đã làm công tác truyền giáo đến 23 quốc gia, bao gồm Hoa Kỳ, Nga, Đức, Ca-na-da, Nhật, Trung Quốc, Pháp, Ấn Độ, Kenya, và nhiều quốc gia khác.

Cho đến ngày xuất bản sách này, Tiến Sĩ Lee đã viết được 100 cuốn sách, trong đó có những cuốn rất được ưa chuộng như, Ném Trải Cuộc Sống Đời Đời Trước Khi Chết, Đời Tôi và Niềm Tin I & II, Sứ Điệp Thập Tự Giá, Tầm Thước Đức Tin, Thiên Đàng I & II, Địa Ngục, và Quyền Năng Đức Chúa Trời. Những tác phẩm của ông đã được phiên dịch trên 75 ngôn ngữ khác nhau.

Các mục báo Cơ Đốc của ông xuất hiện trên The Hankook Ilbo, The JoongAng Daily, The Dong-A Ilbo, The Munhwa Ilbo, The Seoul Shinmun, The Kyunghyang Shinmun, The Hankyoreh Shinmun, The Korea Economic Daily, The Korea Herald, The Shisa News, và The Christian Press.

Tiến Sĩ Lee hiện nay là lãnh đạo của nhiều tổ chức truyền giáo và hiệp hội, bao gồm: Chủ Tọa Liên Hiệp Hội Thánh Phúc Âm Đấng Christ; Chủ Tịch Sứ Mạng Toàn Cầu Manmin, người sáng lập Manmin TV; Nhà Sáng Lập & Ban Chủ Tọa Mạng Lưới Cơ Đốc Nhân Toàn Cầu (GCN), Mạng Lưới Bác Sĩ Cơ Đốc Nhân Toàn Cầu (WCDN), và Trường Thần Học Quốc Tế Manmin (MIS).

Thiên Đàng I & II

Một bản phát thảo chi tiết về một môi trường sống huy hoàng tráng lệ mà những công dân thiên đàng sẽ vui sống và một sự mô tả tuyệt vời về những cấp độ khác nhau của các vương quốc thiên đàng.

Sứ Điệp Thập Tự Giá

Một sứ điệp thức tỉnh đầy quyền năng dành cho những ai đang trong tình trạng ngủ mê thuộc linh! Qua sách nầy chúng ta sẽ nhận biết được lý do tại sao Giê-su là Cứu Chúa duy nhất và tình yêu chân thật của Đức Chúa Trời.

Địa Ngục

Một sứ sứ điệp tha thiết nhất gởi đến toàn nhân loại từ Đức Chúa Trời, Đấng không muốn một linh hồn nào vực sâu địa ngục! chúng ta sẽ khám phá một điều chưa từng được biết về thực tế thảm khốc của Hạ Tầng Âm Phủ và địa ngục.

Linh, Hồn, và Thân Thể I & II

Sách kim chỉ nam đem lại cho chúng ta sự hiểu biết thuộc linh về linh, hồn, và thân thể, đồng thời giúp chúng ta nhận biết được 'bản ngã' mình hầu cho chúng ta có được quyền năng đánh bại thế lực tối tăm và trở nên con người thuộc linh.

Tầm Thước Đức Tin

Nơi ở và vương miện nào trên thiên đàng đang chờ chúng ta? Sách nầy cung cấp cho chúng ta sự khôn ngoan và hướng dẫn chúng ta phương cách để có thể biết được lượng đức tin của mình và trưởng dưỡng lượng đức tin ấy một cách tốt nhất và trưởng thành nhất.

Thức Tỉnh Y-sơ-ra-ên

Tại sao Đức Chúa Trời luôn đoái xem đến Y-sơ-ra-ên từ buổi sáng thế cho đến ngày nay? Ơn phước nào đã được sắm sẵn cho Y-sơ-ra-ên, kẻ đang chờ đợi Đấng Mê-si-a, trong những ngày sau cuối?

Đời Tôi và Niềm Tin I & II

Một mùi hương thiêng liêng tuyệt vời nhất qua đời sống của Dr. Jaerock Lee được chiết xuất từ tình yêu của Đức Chúa Trời được trổ hoa trong giữa đợt sóng đen tối, ách lạnh lùng và những thất vọng khó lường nhất.

Quyền Năng Đức Chúa Trời

Một cuốn sách nhất thiết phải đọc, nó như một sự hướng dẫn cần thiết để qua đó người ta có thể có được đức tin thật và kinh nghiệm về quyền năng kỳ diệu của Đức Chúa Trời.

www.urimbooks.com

www.ingramcontent.com/pod-product-compliance
Lightning Source LLC
LaVergne TN
LVHW021813060526
838201LV00058B/3363